I0624630

# የሩት ታሪክ

## መሥሪያ መጽሐፍ

**የሩት ታሪክ መሥሪያ መጽሐፍ**

ከጁዊሽ ቮይስ ኢንተርናሽናል ጋር በመተባበር የተዘጋጀ

መብቱ ሁሉ የተጠበቀ። ይህን መሥሪያ መጽሐፍ የሚገዛ ሰው በግሉ ወይም ክፍል ውስጥ ብቻ እንጂ፣ ለሽያጭ ሊጠቀምበት አይገባም። ከላይ ያለው እንደ ተጠበቀ ሆኖ፣ ከአሳታሚው በጽሑፍ ፈቃድ ሳይገኝ፣ ይህን መሥሪያ መጽሐፍ በሙሉ ወይም በከፊል ማተም ወይም ማባዛት አይፈቀድም።

ባይብል ፓዝዌይ አድቬንቸር የBPA አታሚ ንግድ ምልክት ነው።

ISBN: 978-1-998142-27-9

ደራሲ - ረዳት መሥራች ፒፕ ሬይድ
ዳይሬክተር - ረዳት መሥራች ከርቲስ ሬይድ

ከለር የሚደረጉትን ገጾች ጨምሮ መጽሐፍ ቅዱስ ማጥኛዎችን፣ መሥሪያ ገጾችን፣ ጥያቄና መልሶችንና ሌሎች ነገሮች በተመለከተ ቀጥሎ ያለው ዌብሳይታችንን ይጐብኙ

**www.biblepathwayadventures.com**

**www.jewishvoice.org**

© BPA Publishing Ltd 2024

# መግቢያ

‹‹ልጅን የሚሄድበትን መንገድ አስተምረው፤ በሚሸምግልበት ጊዜ ከዚያ ፈቀቅ አይልም።››
**(ምሳሌ 22፡6)**

ጂዊሽ ቮይስ ኢንተርናሽናል በዓለም ዙሪያ ላሉ ልጆች ዜሕራ ሕፃናት በተሰኘ የትምህርት ፕሮግራም መጽሐፍ ቅዱስ ማጥኛ ለማዘጋጀት ከባይብል ፓዝዌይ አድቬንቸር ጋር ይሠራል። ይህ መሥሪያ መጽሐፍ በሰማያዊ ጥሪ እና ዓላማ ያድጉ ዘንድ ትውልድ እንዲባረክበት እንጸልያለን።

ባይብል ፓዝዌይ አድቬንቸር አዝናኝ በሆነና ፈጠራ በታከለበት መንገድ ለልጆች መጽሐፍ ቅዱሳዊ እምነት እንዲያስተምሩ መምህራንን ይረዳል። ይህንንም የምናደርገው www.biblepathwayadventures.com በተሰኘው ዌብሳይታችን ውስጥ በሚገኘው ስዕላዊ የታሪክ መጻሕፍት፣ መሥሪያ መጻሕፍት እና በሌሎች ሕትመት ውጤቶች አማካይነት ነው።

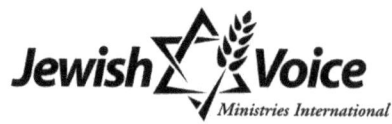

Jewish Voice Ministries International

# ማውጫ

# ትምህርት አንድ

## አዲስ ጅማሬ (ሩት 1፥1-18)

### 1. የትምህርቱ ግቦች፦

በዚህ ትምህርት ልጆቹ፦
1. አቢሜሌክና ቤተሰቡ ወደ ሞዓብ የሄዱት ለምን እንደነበር እና ኑኃሚን ላይ ስለደረሰው ነገር
2. ኑኃሚን ወደ ቤተልሔም ለመመለስ ለምን እንደወሰነች ይማራሉ

### 2. መግቢያ፦

ቋንቋውና ምግቡን ጨምሮ ማንኛውም ነገር ለእነርሱ ያልተለመደ ወደሆነበት አዲስ ቦታ ሕዝቡ እየሄዱ እንደነበር እንዲያስቡ በመንገር ትምህርቱን ጀምር። የዛሬው ታሪክ የተፈጸመው በቤተልሔም ኑሮ አስቸጋሪ ከመሆኑ የተነሣ ቤተሰቡ የእህል እጥረት እንደ ገጠመውና በዚህም ምክንያት ወደ ሞዓብ አገር የሄዱ ጊዜ መሆኑን ግለጽላቸው። "የስሜት መዘውር" የተሰኘ አንድ ሥራ አዘጋጅ። ይህ መዘውር ደስታን፣ ሐዘንን፣ ፍርሃትንና ጕብዝናን ጨምሮ የተለያዩ ስሜቶችን የያዘ መሆን አለበት። መዘውሩን እንዲያሽከረክሩና በተመሳሳይ ሁኔታ ውስጥ ምን እንደ ተሰማቸው እንዲናገሩ እያንዳንዱን ልጅ ጠይቅ። ሩት 1፥1-18 እያነበብህ ሳለ የሩትን የጕብዝና፣ የደግነትና የታማኝነት ባሕርይ እንዲያስቡ ልጆቹን አበረታታ።

### 3. ቁልፍ ቃላትን መከለስ፦

- ራብ፦
  በጣም ጥቂት የሚበላ ምግብ የሚኖርበት ጊዜ
- መበለት፦
  ባልዋ የሞተባትና እንደገና ያላገባች ሴት
- ሞዓባዊ፦
  ከሞዓብ አገር የመጣ ሰው
- መስፍን (ፈራጅ)፦
  የእስራኤልን ሕዝብ እንዲመራና እንዲገዛ እግዚአብሔር የሾመው ሰው
- ቤተልሔም፦
  በይሁዳ ምድር የሚገኝ አገር

### 4. የእግዚአብሔርን ቃል እንዲያስታውሱ ልጆቹን ለመርዳት በቃል የሚያዝ ጥቅስ፦

"ወደምትሄጅበት እሄዳለሁ፤ በምትኖሪበትም እኖራለሁ፤ ሕዝብሽ ሕዝቤ፤ አምላክሽ አምላኬ ይሆናል።" (ሩት 1፥16)

## 5. ሩት 1፥1-18 አንብቡ ወይም ከታች ያለውን የመጽሐፍ ቅዱስ ታሪክ አንብቡ፦

መሳፍንት በሚገዙበት ዘመን በአገሩ ራብ ሆነ። አቢሜሌክ የሚባል የቤተልሔም ሰው ሚስቱ ኑኃሚንና መሐሎንና ኬሌዎን የሚባሉ ሁለት ልጆቹን ይዞ ምግብ ፍለጋ ወደ ሞዓብ አገር ሄደ። የሚያሳዝነው ከሁለት ልጆቹ ጋር ኑኃሚን ብቻዋን ትቶ አቢሜሌክ ሞተ። መሐሎንና ኬሌዎን ዖርፋ እና ሩት የሚባሉ ሁለት ሞዓባውያን ሴቶች አገቡ። ዐሥር ዓመት በሞዓብ ከኖሩ በኋላ ሁለቱም የኑኃሚን ልጆች ሞቱ። ያለ ባልና ልጆች የቀረችውን ኑኃሚን በይሁዳ ምድር ምግብ መገኘቱን በመስማትዋ ወደ ቤተልሔም ለመመለስ ወሰነች። ሐሳቧን ለምራቶቿ አካፈለች፤ በሞዓብ ምድር እንዲቀሩና ባል እንዲያገቡ ነገረቻቸው። ከኑኃሚን ጋር በእንባ ከተሰነባበቱ በኋላ ዖርፋ መቅረት ፈለገች። ይሁን እንጂ፣"ወደምትሄጂበት እሄዳለሁ፤ በምትኖሪበትም እኖራለሁ፤ ሕዝብሽ ሕዝቤ፣ አምላክሽ አምላኬ ይሆናል" በማለት ሩት ከኑኃሚን መለየት አልፈለገችም። ኑኃሚን እንድትቀር ልታሳምናት ሞከረች፤ ሩት ግን በውሳኔዋ ጸናች። የሩትን ውሳኔ ስታይ ኑኃሚን መጐትጐቷን ተወች።

## 6. እንከልስ፦

1. የዛሬው ታሪክ የሚናገረው ስለምንድነው?
2. ራቡ ከመምጣቱ በፊት አቢሜሌክና ቤተ ሰቡ የት ነበር የሚኖሩት?
3. አቢሜሌክና ቤተሰቡ ወደ ሞዓብ እንዲሄዱ ያደረገው ምንድነው?
4. የአቢሜሌክን ሚስት እና ሁለት ልጆች ስም መናገር ትችላላችሁ?
5. በሞዓብ ኑኃሚን ላይ የደረሰው ምንድነው?
6. የመሐሎንና የኬሌዎን ሚስቶች እነማን ነበሩ፣ ከየት ነበር የመጡት?
7. ኑኃሚን ወደ ቤተልሔም መመለስ የፈለገችው ለምንድነው?
8. ወደ ቤተልሔም ለመመለስ ከወሰነች በኋላ ኑኃሚን ለምራቶቿ የሰጠችው ምክር ምን ነበር?

## 7. የሚደረጉ ነገሮች፦

* አጭር የመጽሐፍ ቅዱስ ጥያቄ፦ የሩትን ታማኝነት መረዳት
* መሥሪያ ገጽ፦ የሩት ታማኝነት
* መሥሪያ ገጽ፦ በምድሪቱ የነበሩ መሳፍንት
* የካርታ ሥራ፦ ጉዞ ወደ ሞዓብ
* መሥሪያ ገጽ፦ ኤፍራታውያን እነማን ነበሩ?
* የፈጠራ ጽሑፈት፦ የሩት ጉዞ ማስታወሻ
* ከለር መቀባት፦"ሕዝብሽ ሕዝቤ ይሆናል"
* መሥሪያ ገጽ፦ ቃሉ ምን ይላል?

Jewish Voice Ministries International

# የሩትን ታማኝነት መረዳት

ሩት 1፡1-18 አንብቡ። ከታች ላሉት ጥያቄዎች መልስ ስጡ።

1. ወደ ሞዓብ ከመሄዳቸው በፊት አቢሜሌክና ቤተሰቡ የት ነበር የሚኖሩት?
2. አቢሜሌክና ቤተሰቡ ወደ ሞዓብ የሄዱበት ምክንያት ምን ነበር?
3. የአቢሜሌክ ሚስት ስም ማን ነበር?
4. የኑኃሚንና የአቢሜሌክ ሁለት ልጆች እነማን ነበሩ?
5. የኑኃሚን ቤተሰብ ወዴት ነበር የሄደው?
6. መሐሎንና ኬሌዎን እነማንን ነበር ያገቡት?
7. መሐሎንና ኬሌዎን ያገቧቸው ሴቶች ስም ማን ነበር?
8. አቢሜሌክ ላይ በሞዓብ ምን ሆነ?
9. ኑኃሚን ወደ ቤተልሔም ለመመለስ የወሰነችው ለምን ነበር?

# ታማኟ ሩት

ሩት 1፥1-8 አንብቡ። ከታች ይህን የመጽሐፍ ቅዱስ ምንባብ በአጭሩ ጻፉ።

**ከታች ያሉትን ጥያቄዎች ይመልሱ።**

ወደ ራሷ ቤተሰብ ከመመለስ ይልቅ ሩት ከኑኃሚን ጋር መሆን የፈለገችው ለምንድነው?

..............................................

..............................................

..............................................

..............................................

..............................................

..............................................

ወደ ቤተሰቦቻቸው እንዲመለሱ ኑኃሚን ምራቶቿን ማሳመን የሞከረችው እንዴት ነበር?

..............................................

..............................................

..............................................

..............................................

..............................................

..............................................

ሩት ለኑኃሚን የገባችላት ቃል ምን ነበር?

..............................................

..............................................

..............................................

..............................................

..............................................

..............................................

Jewish Voice Ministries International

# በምድሪቱ የነበሩ መሳፍንት

ኢያሱ እስራኤላውያንን ወደ ከነዓን ምድር ካደረሳቸው በኋላ በታሪካቸው ውስጥ የመሳፍንት ዘመን የሚባል አዲስ ምዕራፍ ተጀመረ። ከዘመናችን መሳፍንት (ዳኞች) በተለየ መልኩ በፍርድ ቤት ሕዝቡን መዳኘት ብቻ ሳይሆን መጽሐፍ ቅዱስ ውስጥ ያሉ መሪዎች በክፉ ጊዜ እስራኤላውያንን እንዲመሩ፣ እንዲከላከሉና እንዲታደጉ የተመረጡ ነበሩ። ይህ ዘመን የራሱ መገለጫዎች ነበሩት፦ እስራኤላውያን ከእግዚአብሔር ይርቃሉ፣ በጠላቶቻቸው መከራና ጭቆና ይደርስባቸዋል፣ ከዚያ በኋላ እንደገና ወደ እግዚአብሔር ይመለሳሉ(በንስሐ)።

*"የአባቶቻቸውን አምላክ እግዚአብሔርን ተዉ፤ ሌሎች አማልክት ተከተሉ። የእግዚአብሔር ቁጣ በእስራኤል ላይ ነደደ፤ ለሚዘርፏቸው አሳልፎ ሰጣቸው፤ ለጠላቶቻቸው አሳልፎ ሰጣቸው። (መሳፍንት 2፡8-14)"*

እግዚአብሔር ሕዝቡን እስራኤልን ታገሠ፤ ወደዳቸው። እስራኤላውያን በንስሐ ወደ እርሱ ሲመለሱ ከጠላቶቻቸው እንዲያድኗቸው መሳፍንት ይልክላቸው ነበር። ብዙ ጊዜ ግን መስፍኑ ከሞተ በኋላ ሕዝቡ እንደገና ያንኑ ስሕተት ያደርጉ ነበር። አንዳንድ መሳፍንት ከሌሎቹ የበለጠ ዝነኞች ነበሩ። ዲቦራ በጣም አስተዋይ እና ጎበዝ ነቢይት ነበረች፤ ከከነዓናውያን ጋር በተደረገው ውጊያ ድል እንዲያደርጉ የረዳች እርሷ ነበረች። ጥቂት ወታደሮች ይዞ ምድያማውያንን ድል በማድረግ የወታደር ብዛትና ጥንካሬ ብቻውን በቂ እንዳልሆነ ያሳየ ጌዴዎን ነበር። ሳምሶን በጣም ኃያል ሰው ነበር፤ ብዙ ጊዜ ብቻውን ፍልስጤማውያንን ወግቶአል። የመጨረሻው መስፍን ሳሙኤል የመጀመሪያዎቹን ሁለት የእስራኤል ንጉሦች በመምረጥ ይታወቃል። የመጀመሪያው ንጉሥ ሳኦል ሲሆን (1ሳሙኤል 10፡1) በኋላም የእግዚአብሔርን መመሪያ ተከትሎ በሳኦል ምትክ ዳዊትን መርጧል (1ሳሙኤል 16፡1-13)።

**መሳፍንት 4-8 እና 1ሳሙኤል 10-16 አንብቡ። ከታች ላሉት ጥያቄዎች መልስ ስጡ።**

1. በመጽሐፍ ቅዱስ ዘመን መሳፍንት (ዳኞች) ምን ነበር የሚያደርጉት፤ አሁን ካሉን መሳፍንት (ዳኞች) የሚለዩት እንዴት ነው?

2. በመጽሐፍ ቅዱስ መሳፍንት ዘመን በተደጋጋሚ ይደረግ የነበረው ምንድነው?

3. ዲቦራና ሳሙኤል እነማን ነበሩ፤ እነርሱ ያደረጉት በጣም ጠቃሚ ነገር ምንድነው?

# ጉዞ ወደ ሞዓብ

"መሳፍንት በሚገዙበት ዘመን በምድሪቱ ላይ ራብ ሆነ፤ አንድ ሰው በይሁዳ ከምትገኘው ቤተልሔም ሚስቱንና ሁለት ወንዶች ልጆቹን ይዞ ለተወሰነ ጊዜ ለመኖር ወደ ሞዓብ አገር ሄደ።" (ሩት 1፥1)

**ሩት 1፥1-5 አንብቡ። ለጥያቄዎቹ መልስ ስጡ። ጉዟቸውን ካርታ ላይ አመልክቱ።**

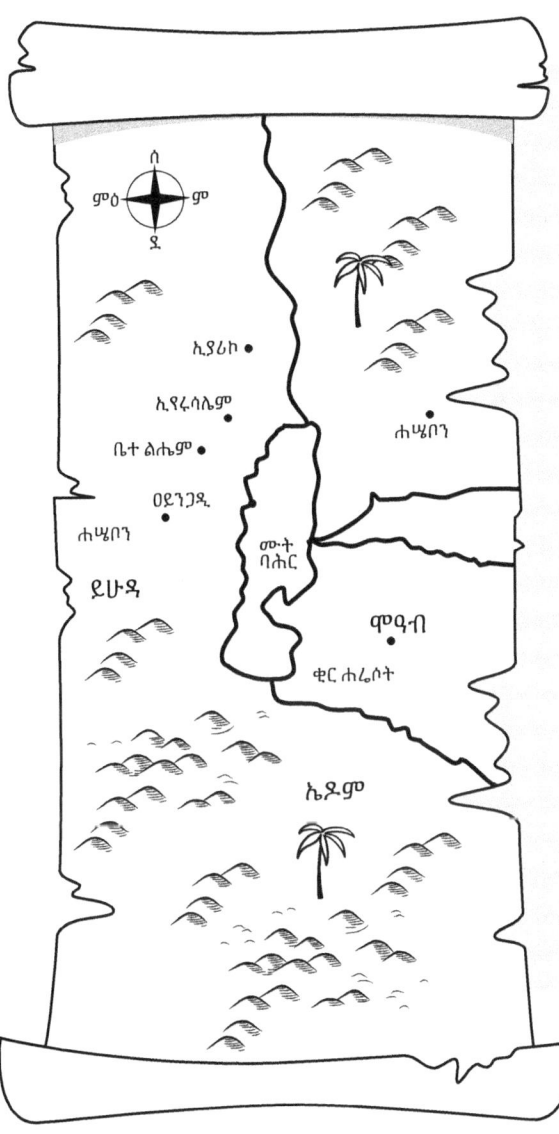

1. አቢሜሌክ ቤተሰቡን ከቤተልሔም ወደ ሞዓብ የወሰደው ለምንደነው?

   ......................................................................................

2. ከእርሱ ጋር ወደ ሞዓብ የሄደች የአቢሜሌክ ሚስት ማን ነበረች?

   ......................................................................................

3. ወደ ሞዓብ ከሄዱ በኋላ አቢሜሌክ ምን ሆነ?

   ......................................................................................

4. በሞዓብ በአቢሜሌክ ልጆች መሐሉንና ኬሌዎን ላይ የተፈጸመ ትልቅ ለውጥ ምን ነበር?

   ......................................................................................

Jewish Voice Ministries International

# ኤፍራታውያን እነማን ነበሩ?

ስለ ቤተልሔም ከታች ያለውን አንብቡ። መጽሐፍ ቅዱስ ውስጥ በቤተልሔም ስለ ተፈጸሙ ታሪካዊ ፋይዳዎች ከክፍል ጓደኞቻችሁ ጋር ተነጋገሩ፤ እዚያ የተፈጸሙ ሦስቱ ታዋቂ ሁኔታዎች ላይ አትኩሩ፤ ከዚያ ስዕሉን ከለር ቀቡ።

በመጽሐፍ ቅዱስ ዘመን ኤፍራታ በሚባል ቦታ የሚኖሩ ኤፍራታውያን የሚባሉ ሕዝብ ነበሩ። መጽሐፍ ቅዱስን ያጠኑ አንዳንድ ሰዎች ኤፍራታ ለኢየሩሳሌም ቅርብ የነበረችው የቤተልሔም ሌላ ስም ሊሆን እንደሚችል ያስባሉ። መጽሐፍ ቅዱስ ውስጥ የራሔል ታሪክ አለ። ያዕቆብን አግብታ የዮሴፍ እናት ነበረች። ራሔል ብንያምን አርግዛ ሳለ፣ ምናልባት ቤተልሔም ልትሆን ወደምትችለው ወደ ኤፍራታ እየተጓዙ ነበር። በመውለድ ላይ ሳለች ከባድ ችግር ገጠማትና ሞተች። ወደ ኤፍራታ በመሄድ ላይ ሳለ ያዕቆብ ቀበራት።

ኤፍራታውያን መጽሐፍ ቅዱስ ውስጥ በጥቂት ሌሎች ክፍሎችም ተጠቅሰዋል። የኑኃሚን ባልና ልጆቿ መሐሉንና ኬሌዎን በይሁዳ በምትገኘው ቤተልሔም ነበሩ (ሩት 1፥1-2)። እነርሱ ከሞቱ በኋላ ከሩት ጋር ኑኃሚን ወደ ቤተልሔም በመመለስ የኤፍራታውያን ማኅበረሰብ አካል ሆነች (ሩት 1፥1-22)። የንጉሥ ዳዊት አባት ሌላው ኤፍራታዊ እሴይ የሚኖረው በቤተልሔም ነበር (1ሳሙኤል 17፥12)። የመሲሑን ልደት ቦታ በተመለከተ ሚኪያስ 5፥2 ላይ የተነገረውንም ትንቢት አትርሱ። ቤተልሔም ትንሽ ልትሆን ትችላለች፤ ግን በታሪክ ውስጥ በጣም አስፈላጊ ቦታ ናት።

*"አንቺ ግን ቤተልሔም ኤፍራታ ሆይ፤ ከይሁዳ ነገዶች መካከል ትንሿ ብትሆኚም፣ አመጣጡ ከጥንት የሆነ የእስራኤል ገዥ ከአንቺ ይወጣልኛል።" ሚክያስ 5፥2*

© BPA Publishing Ltd 2024

Jewish Voice Ministries International

**ሩት 1፧2-19 አንብቡ። ሩት እንደሆናችሁ አስቡ። በዚህ ጊዜ በሞዓብ ስለ ነበራችሁ ሕይወት አጭር አንቀጾች ጻፉ።**

ስለ ቤተልሔም ከታች ያለውን አንብቡ። መጽሐፍ ቅዱስ ውስጥ በቤተልሔም ስለ ተፈጸሙ ታሪካዊ ፋይዳዎች ከክፍል ጓደኞቻችሁ ጋር ተነጋገሩ፤ እዚያ የተፈጸሙ ሦስቱ ታዋቂ ሁኔታዎች ላይ አትኩሩ፤ ከዚያ ስዕሉን ከለር ቀቡ።

..........................................................................................................

..........................................................................................................

..........................................................................................................

..........................................................................................................

..........................................................................................................

..........................................................................................................

..........................................................................................................

Jewish Voice Ministries International

ሩት

ወደምትሄጂበት

እሄዳለሁ፤

በምትኖሪበትም

እኖራለሁ፤

ሕዝብሽ ሕዝቤ፣

አምላክሽ

አምላኬ

ይሆናል።

ሩት 1፥16

Jewish Voice Ministries International

# ቃሉ ምን ይላል?

ሩት 1፥11-18 አንብቡ። ከታች ባሉት ቃሎች የመጽሐፍ ቅዱስ ምንባቡን ሙሉ ለማድረግ ባዶ በታውን ሙሉ።

| | | | | |
|---|---|---|---|---|
| ልጆቼ | በምትኖሪበት | ኑኃሚን | ባል | ድምፃቸውን |
| ሕዝብ | ሩት | መራራ | ማሕፀን | አለቀሱ |

<< ኑኃሚን ................ ተመለሱ፤ "ከእኔ ጋር ለምን ትሄዳላችሁ? ባል የሚሆናችሁ ሌሎች ልጆች ................ ይመስላችኋልን? ወደ የቤታችሁ ተመለሱ ልጆቼ፤ሌላ ባል እንዳላገባ እጅግ አርጅቻለሁ። አሁንም ተስፋ አለኝ ብል፣ ዛሬ ማታ አግብቼ በዚያም ልጆች ብወልድ፣ እስኪያድጉ ድረስ ትጠብቃላችሁን? እነርሱን በመጠበቅ እስከዚያ ሳታገቡ ትቆያላችሁን? ልጆቼ ሆይ፣ እንዲህ አይሆንም፤ ሁኔታው ከእናንተ ይልቅ ለእኔ እጅግ ................ ነው፤ የእግዚአብሔር እጅ በእኔ ላይ ወጥቷልና።"እነርሱም ................ ከፍ አድርገው እንደገና ................። ዖርፋ አማቷን ስማ ተሰናበተቻት፤ ................ ግን ተጠመጠመችባት። ኑኃሚን መልሳ፣ "እነሆ የባልሽ ወንድም ሚስት ወደ ................ ወደ አማልክቷ ተመልሳለች አብረሻት ተመለሽ አለቻት። ሩት ግን ተለይቼሽ እንድቀር ወይም እንድመለስ አትለማመጪኝ፤ ................ እኖራለሁ። ሕዝብሽ ሕዝቤ አምላክሽ አምላኬ ይሆናል። በምትሞቺበት እሞታለሁ፤ በምትቀበሪበት እቀበራለሁ። ከእንግዲህ ሞት ከሚለየን በቀር ብለይሽ እግዚአብሔር ይፍረድብኝ፤ ከዚያም የከፋ ያድርግብኝ። ሩት አብራት ለመሄድ መቁረጧን በተረዳች ጊዜ ................ መጐትጐቷን ተወች። >>

Jewish Voice Ministries International

# ትምህርት ሁለት

## ሩት በቦዔዝ እርሻ፦ ሩት 2፥1-23

### 1. የትምህርቱ ግቦች፦

በዚህ ትምህርት ልጆቹ፦
1. ሩት ከቦዔዝ እርሻ ትርፍራፊ መቃረም የፈለገችበትን ምክንያት
2. እርሻው ውስጥ ቦዔዝ ስላደረገላት መልካም ነገር ይረዳሉ

### 2. መግቢያ፦

በጥንት እስራኤል ምግብ ለማግኘት ማኅበረሰቡ አብረው ይሠሩ እንደነበር በማስረዳት ትምህርቱን ጀምር። የእርሻ ቦታ እንዲስሉና ራሳቸውን በእርሻው ውስጥ እንደምትሠራ ሴት እንዲያስቡ ለእያንዳንዱ ልጅ ተናገሩ። በዚህ ሥራ ውስጥ ሊኖር ስለሚችለው ችግር እንዲያስቡ አበረታታቸው። ልጆቹ ስዕሉን ከጨረሱ በኋላ ስለ እነዚህ ችግሮች ተነጋገሩ። በዛሬው ትምህርት ሩት ለኑኃሚን የሚያስፈልገውን እንዴ ሰጠቻትና የእርሻው ባለቤት ስላደረገላት እንክብካቤ እንደሚማሩ ለልጆቹ ግለጽላቸው።

### 3. ቁልፍ ቃላትን መከለስ፦

- **መቃረም፦**
  ከአጨዳ በኋላ የተረፈውን እህል ወይም የሌላ ነገር ትርፍራፊ መሰብሰብ
- **ገብስ፦**
  ዳቦ የመሳሰሉ ምግቦችን ለመሥራት ጥቅም ላይ የሚውል እህል
- **ሞዓባዊ፦**
  በአሁኑ ጊዜ ዮርዳኖስ ተብሎ ከሚጠራው ጥንታዊ አገር ከሞዓብ የተገኘ ሰው
- **አዝመራ፤ መከር፦**
  እህል ለመሰብሰብ ዝግጁ የሚሆንበት በዓመቱ ውስጥ የሚገኝ ጊዜ፦
- **ቦዔዝ፦**
  በኑኃሚን ቤተሰብ ውስጥ የሞተው ባልዋ የአቢሜሌክ ዘመድ የነበረ ሰው

### 4. የእግዚአብሔርን ቃል እንዲያስታውሱ ልጆቹን ለመርዳት በቃል የሚያዝ ጥቅስ፦

"እርሷም (ሩት) መጣች፤ ከአጫጆቹ ኋላ ኋላ እየተከተለችም ከአዝመራው ቦታ ትቃርም ጀመር፤ እንዳጋጣሚ ትቃርምበት የነበረው አዝመራ ከአቢሜሌክ ጐሣ የሆነ የቦዔዝ ነበር ..." (ሩት 2፥3)

Jewish Voice Ministries International

## 5. ሩት 2፥1-23 አንብቡ ወይም ከታች ያለውን የመጽሐፍ ቅዱስ ታሪክ አንብቡ፦

አንድ ቀን ሠራተኞቹ ሳያጭዱ የረሱትን እህል ለመቃረም ሞዓባዊቷ ሩት ወደ አንዱ የእርሻ ቦታ ለመሄድ ወሰነች። ወደ እርሻው ገብታ ሥራዋን ጀመረች። የእርሻው ባለቤት የኑኃሚን የቀድሞ ባል የአቢሜሌክ ዘመድ የነበረው ቦዔዝ እርሻ ውስጥ ሩት በትጋት መሥራት ጀመረች። መልካምና ደግ ሰው እንደሆነ ይታወቅ የነበረው ቦዔዝ ሩትን አያት፤ ለኑኃሚን ስላደረገችው ደግነት አመሰገናት። በዚህ በጣም ስለ ተደነቀ በነጻነት እህል እንድትሰበስብ እንዲፈቅዱላትና እንዲያውም ጥቂት እህል እንዲተዉላት ለሠራተኞቹ ተናገረ። ቦዔዝ በመልካም ሁኔታ ሩትን አነጋገራት፤ ከሠራተኞቹ ጋር አብራ እንድትበላ ጋበዛት። ኑኃሚንን ለመርዳት የምታደርገውን ጥረት አደነቀ፤ ጥበቃና እንክብካቤ እንዲደረግላትም አዘዘ። የቦዔዝን ቸሮታ በማመስገን ሩት እርሻው ውስጥ መሥራት ቀጠለች፤ ለእርሷና ለኑኃሚን የሚበቃ እህል ሰበሰበች። ወደ ቤት ስትመለስ ሩት በሰበሰበችው እህል ብዛት ኑኃሚን ተገረመች። በጣም ደግና ቸር የነበረ ቦዔዝ የሚባል ሰው እንዳገኘች ሩት ለኑኃሚን ነገረቻት። ቦዔዝ እነርሱን መቤዠት ከሚችሉ ሰዎች አንዱ መሆኑን በመረዳቷ ኑኃሚን በጣም ደስ አላት። ሩት ቦዔዝ እርሻ ውስጥ መሥራት ቀጠለች፤ የእርሱ እርዳታና ድጋፍ ይደረግላትም ነበር። ኑኃሚንና ሩት የቦዔዝን ደግነት አመሰገኑ፤ የገብስና የስንዴን አዝመራ እስኪያበቃ ድረስ ሩት እዚያ መቃረም ቀጠለች።

## 6. እንከልስ፦

1. የዛሬው ትምህርት ስለ ምንድነው?
2. በታሪኩ ውስጥ ዋናዎቹ ገጸ ባሕርያት እነማን ናቸው?
3. ሩት የየት አገር ሰው ነበረች፤ ከማን ጋር ነበር የምትኖረው?
4. ሩት ወደ እርሻ ቦታዎች የምትሄደው ለምን ነበር፤ እዚያ ምን ነበር የምታደርገው?
5. ቦዔዝ ማን ነበር፤ ከኑኃሚን ጋር ዝምድናው በማን በኩል ነበር?
6. እርሻው ውስጥ ሲያያት ቦዔዝ ሩትን እንዴት ነበር የረዳት?
7. ቀኑን ሙሉ እርሻው ውስጥ ካሳለፈች በኋላ ሩት ለኑኃሚን ያመጣችላት ምንድነው?
8. ቦዔዝ እርሻ ውስጥ መሥራትን በተመለከተ ኑኃሚን ለሩት የሰጠቻት መመሪያ ምን ነበር?

## 7. የሚደረጉ ነገሮች፦

* አጭር የመጽሐፍ ቅዱስ ጥያቄ፦ ሩት ከቦዔዝ ጋር ተገናኘች
* መሥሪያ ገጽ፦ ቦዔዝ ማን ነበር?
* መቃረም ምንድነው?
* መሥሪያ ገጽ፦ የአዝመራ ጊዜ በጥንት እስራኤል
* ከለር መቀባት፦ ሩት እርሻው ውስጥ ቃረመች
* መሥሪያ ገጽ፦ የይሁዳ ምድር
* መሥሪያ ገጽ፦ ጥቅሶቹን ማዛመድ
* መሥሪያ ገጽ፦ ሩት
* ዕብራይስጥ እንማር፦ ሻቩ'ኦት

# ሩት ከቦዔዝ ጋር ተገናኘች

ሩት 2፥1-23 አንብቡ። ከታች ላሉት ጥያቄዎች መልስ ስጡ።

1. በዔዝ ከኑኃሚን ጋር ባለው ዝምድና ማን ነበር?
2. ሩት በዔዝ እርሻ ውስጥ ምን ነበር የምታደርገው?
3. ሌላ ቦታ ሳይሆን ሩት በዔዝ እርሻ ውስጥ የምትገኘው ለምን ነበር?
4. በዔዝ ለመጀመሪያ ጊዜ ሩትን ሲያያት አመለካከቱ እንዴት ነበር?
5. ሩትን በተመለከተ በዔዝ ለሠራተኞቹ የሰጠው መመሪያ ምን ነበር?
6. ቦዔዝ ላደረገላት ደግነት የሩት ምላሽ ምን ነበር?
7. እርሻ ቦታው በዔዝ ለሩት የሰጠው ልዩ ፈቃድ ምን ነበር?
8. ቀኑን እርሻ ውስጥ ካሳለፈች በኋላ ሩት ወደ ቤት ለኑኃሚን ያመጣቻው ምን ነበር?
9. ሩት የት ስትሠራ እንደ ዋለች ስትረዳ ኑኃሚን ምን ነበር ያለቻው?
10. በዔዝን በተመለከተ ኑኃሚን ለሩት የሰጠቻው ምክር ምን ነበር?


© BPA Publishing Ltd 2024

Jewish Voice Ministries International

# ቦዔዝ ማን ነበር?

ሩት 2፥1-23 አንብቡ። ከታች ያለውን መሥሪያ ገጽ አጠናቅቁ።

የትውልድ ቦታ፦

..........................................................................................

ቦዔዝ የሚታወቅባቸው ነገሮች፦

..........................................................................................

ቦዔዝን የሚገልጽ አምስት ባሕርያት ጻፉ። ለእያንዳንዱ ባሕርይ ከመጽሐፍ ቅዱስ ምሳሌ ስጡ፦

1. ..........................................................................

2. ..........................................................................

3. ..........................................................................

4. ..........................................................................

5. ..........................................................................

ከሩት ጋር በተገናኘ ቀን የቦዔዝን እርሻ ሳሉ። ስዕላችሁ ውስጥ ቦዔዝና ሩት ይኑሩ፦

Jewish Voice Ministries International

# መቃረም ምንድነው?

መቃረም አጫጆች እርሻ ውስጥ የሚተዉትን እህል ወይም ሌላ ነገር መሰብሰብን የሚያመለክት ቃል ነው። በጥንት እስራኤል የሙት ልጆችን፣ ባል የሞተባቸው ሴቶችና የባዕድ አገር ሰዎችን ጨምሮ ድሆች እህል የሚያጭዱ ሰዎችን እንዲከተሉ እግዚአብሔር ለእስራኤላውያን ተናግሮ ነበር። እነዚህ ሰዎች የተተወ እህል ወይም ወይን ፍሬ እንዲወስዱ ይፈቀድላቸው ነበር። በቂ ምግብ እንዲኖራቸው በማሰብ ይህ በቶራህ የተሰጠ ሕግ ነበር። ቦዔዝን የመሳሰሉ የእርሻ ባለቤቶች የእርሻውን አንድ መስመር ሳያጭዱ ለድሆች እንዲተዉት ይጠየቁ ነበር።

*"የምድራችሁን መከር (አዝመራ) በምትሰበስቡበት ጊዜ፣ በእርሻችሁ ዳርና ዳር ያለውን አትጨዱ፤ ቃርሚያውንም አትልቀሙ። የወይንህን እርሻ አትቃርም፤ የወደቀውንም አትልቀም፤ ለድኾችና ለመጻተኞች (የባዕድ አገር ሰዎች) ተውላቸው..." (ዘሌዋውያን 19፡9-10)*

በሩት ታሪክ ውስጥ መቃረም በጣም አስፈላጊ ቦታ አለው። ሩት የኑኃሚን ምራት ነበረች፤ የሚመገቡትን እንዲያገኙ ለመቃረም ወደ እርሻ ትሄድ ነበር። ሩት ኑኃሚንን፣ "... ቃርሚያ የሚያስቀርመኝ ሰው ባገኝ እስቲ ወደ እህል አዝመራ ልሂድ" አለቻት፤ ኑኃሚንም፣ "ልጄ ሆይ ይሁን ሂጂ" አለቻት (ሩት 2፡2)። የእርሻው ባለቤት ቦዔዝ ሩት ለኑኃሚን ምን ያህል እንደምታስብላት በመስማቱ ተደነቀ። ሆን ብለው ተጨማሪ እህል ሳያጭዱ በመተው እንዲረዱዋት ለሠራተኞቹ ነገረ። "በነዶው መካከል እንኳ ብትቃርም ክፉ አትናገሯት፤ ይልቁንም ከታሰረው ነዶ ላይ ጥቂት ጥቂቱን ዘለላ እየመዘዛችሁ በመጣል እንድታነሣው ተዉላት፤ አታስቀይሟት" አላቸው። (ሩት 2፡15-16)

1. በጥንት እስራኤል የቃርሚያ ዓላማ ምን ነበር፤ ከዚህ የሚጠቀሙ እነማን ነበሩ?

..............................................................................................................

..............................................................................................................

2. በእርሻው ውስጥ ስትቃርም ቦዔዝ ለሩት ያደረገላት ቸሮታ ምን ነበር?

..............................................................................................................

..............................................................................................................

Jewish Voice Ministries International

# በጥንት እስራኤል የአዝመራ (የመከር) ጊዜ

በፀደይ ወራት የጥንት እስራኤላውያን ስንዴና ገብስ ያጭዱ ነበር። ይህ ጊዜ ማኅበረሰቡ የሚሳተፍበት፣ ሥራ የሚበዛበትና የደስታ ጊዜ ነበር። የአዝመራ ሂደትን በተመለከተ ከታች ያሉትን አንብቡ፤ ከዚያም ለጥያቄዎቹ መልስ ስጡ።

**1** ሂደቱ የሚጀምረው ሞቃት በሆነው ፀደይ አየር ሲሆን፣ ስንዴና ገብስ ረጅም ሆነው እንዲያድጉ ይረዳቸዋል፤ ቢጫ ወይም ወርቃማ መልክ ይኖራቸዋል። አዝመራውን ለማጨድ ገበሬዎች የተጣመመ ቅርጽ ባለው ማጭድ ይጠቀማሉ። ይህ ከባድ ሥራ ሲሆን፣ ብዙውን ጊዜ በኅብረት ነው የሚሠራው። ወንዶችን፣ ሴቶችንና አንዳንዴ ሕፃናትንም ጨምሮ ማንኛውም ሰው የየራሱ የሥራ ድርሻ ይኖረዋል። አዝመራዎቹን ከሥር አንሥቶ በማጨድ የተወሰኑትን ነዶዎች በአንድነት ያስሩዋቸዋል።

**2** በአንድነት የታሰረውን ነዶ ወደ ዐውድማ ይወስዱታል፤ ዐውድማ ጠፍጣፋ ባዶ መሬት ሲሆን፣ ብዙውን ጊዜ ለሚቀጥለው ሥራ ነፋስ እንዲረዳ ተብሎ ተራራ ላይ ነው የሚሆነው። እዚህ ቦታ እስራኤላውያን ፍሬውን ከገለባ ለመለየት መውቃት የተባለ ሥራ ይሠራሉ። የታሰረውን ነዶ ዐውድማው ላይ በማንጠፍ ፍሬው ከገለባው እንዲለይ በሬዎችን የመሳሰሉ እንስሳት እንዲሄዱበት ይደረጋል።

**3** ከተወቃ በኋላ ፍሬውና ገለባው እንደ ተቀላቀሉ ይቆያሉ። ያንን ለመለየት ማበራየት የተሰኘ ሂደት ይጠቀማሉ። የተቀላቀለውን በአካፋ ወይም ሹካ በሚመስል ነገር ወደ አየር ይበትኑታል፤ ነፋስ ቀላል የሆነውን ገለባ ይወስደዋል፤ ከባድ የሆነው እህል ግን ወደ መሬት ይወድቃል።

**4** ከዚያ እህሉ ይሰበሰብና ይከማቻል። የመከር ጊዜ ዳቦና እንጀራ የመሳሰሉ ምግቦች የሚገኙበት በጣም አስፈላጊ ነው፤ የምስጋና ጊዜ ነው። እስራኤላውያን ሻቩ'ኦት የመሳሰሉ በዓሎች በማድረግ ደስታቸውን ይገልጻሉ።

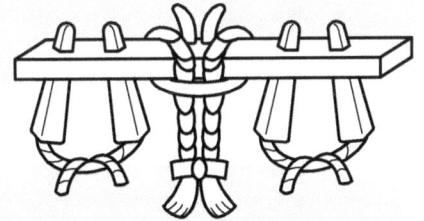

1. ስንዴና ገብስ ለማጨድ እስራኤላውያን የሚጠቀሙበት መሣሪያ ምንድነው?

2. እህሉን ከገለባ ለመለየት በሬዎች የሚረዱት እንዴት ነው?

3. ገበሬዎች ስንዴውን ወደ አየር የሚበትኑት ለምንድነው?

Jewish Voice Ministries International

# << … ሩት ከአጫጆች ኋላ ኋላ እየተከታተለች ከአዝመራው ቦታ ትቃርም ጀመር >>

(ሩት 2፥3)

# የይሁዳ ምድር

ሩት እና ኑኃሚን በይሁዳ ወደሚገኘው ቤተልሔም ተመለሱ (ሩት 1፣22) ገብስ በሚታጨድበት ጊዜ ወደ ጥንት ይሁዳ የሄደ ተጓዥ እንደሆናችሁ አስቡ። ከአንዱ ሰፈር ወደ ሌላው ሰፈር ያደረጋችሁትን ጉዞና በመንገዳችሁ የገጠማችሁን በተመለከተ አጭር ነገር ጻፉ። በትናንንሽ ቡድን ተሰብሰቡ። በጥንት እስራኤል ሰዎች እንዴት ይኖሩ እንደነበር ለመረዳት መጽሐፍ ቅዱስ አንብቡ። ሐሳባችሁንና ያነበባችሁትን እርስ በርስ ተከፋፈሉ፤ ካርታውን ከለር ቀቡ።

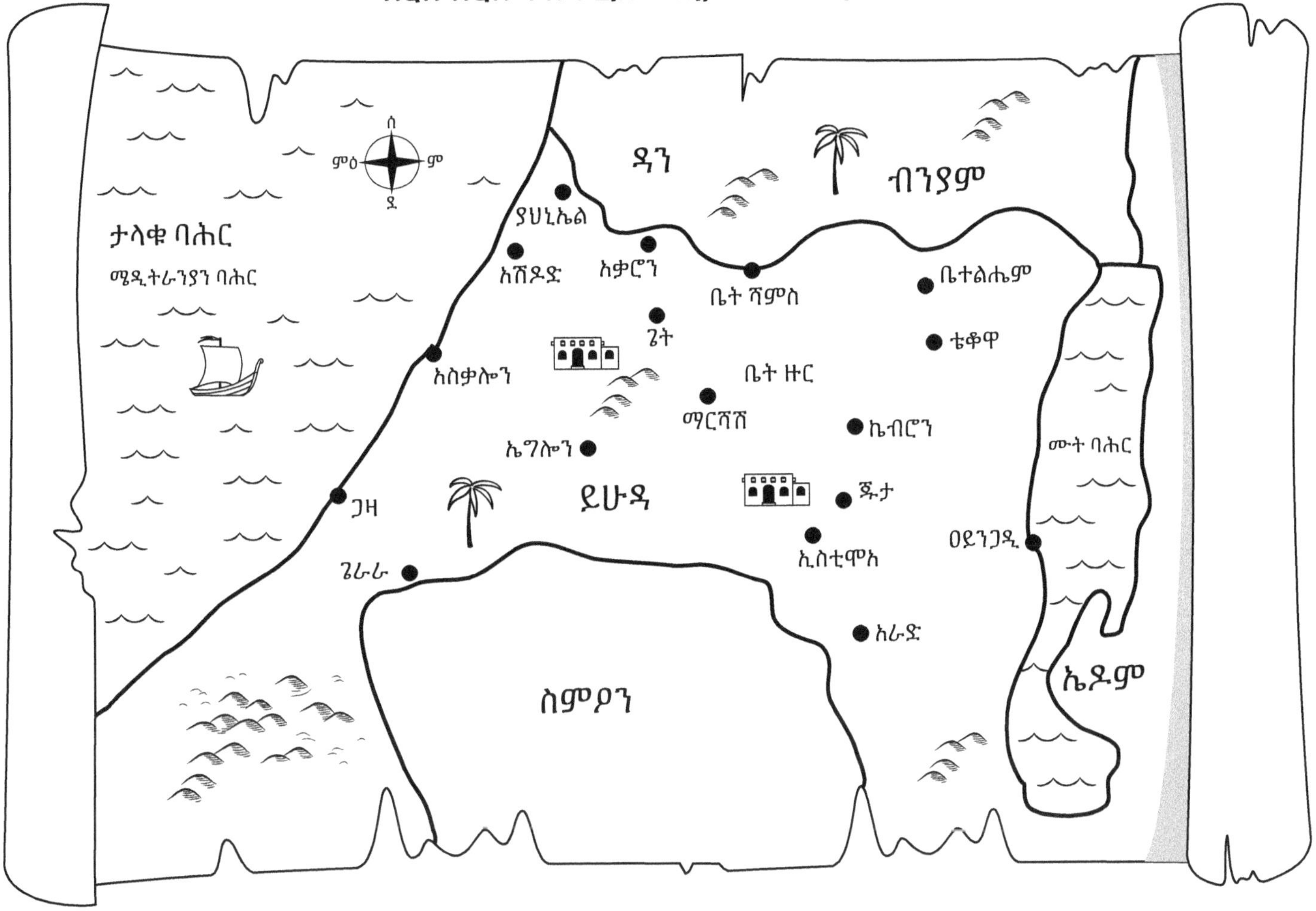

ም
ደ
ታላቁ ባሕር
ሜዲትራንያን ባሕር
ዳን
ብንያም
ያህኒኤል
አሽዶድ
አቃሮን
ቤት ሻምስ
ጌት
ቴቆዋ
አስቃሎን
ቤት ዙር
ማርሻሽ
ኬብሮን
ሙት ባሕር
ኤግሎን
ይሁዳ
ጁታ
ኢስቲሞአ
ጌራራ
አራድ
ኤዶም
ስምዖን

........................................................................................................................................................................................................

........................................................................................................................................................................................................

........................................................................................................................................................................................................

........................................................................................................................................................................................................

........................................................................................................................................................................................................


© BPA Publishing Ltd 2024

# ጥቅሶቹን ማዛመድ

ሩት 2፥1-23 ላይ አንዲት መበለት በዔዝ እርሻ ውስጥ ገብስ ለመቃረም ሄዳ ነበር፦ በዔዝ ጠንካራ ሠራተኛነቷን ተመለከተ፤ ተጨማሪ እህል እንድትሰበስብ እንዲፈቅዱላትና እንክብካቤና ጥንቃቄ እንዲያደርጉላት ለሠራተኞቹ ተናገረ። ለኑኃሚን ባደረገችው በጐነት በመደነቅ ሩት የሚያስፈልጋትን ለመስጠት በዔዝ ወሰነ። የሩትና የበዔዝን ታሪክ የበለጠ ለመረዳት የመጽሐፍ ቅዱስ ምንባቡን ከትክክለኛው ጥቅስ ጋር አዛምዱ።

"ሩት ኑኃሚንን "በፊቱ ሞገስ አገኝቼ ቃርሚያ የሚያስቃርመኝ ሰው ባገኝ እስቲ ወደ እህል አዝመራው ልሂድ" አለች።

ሩት 2፥17

"ወደ መሬት ዝቅ ብላ እጅ ነሣቸው። እርሷም ባይተዋር የሆንሁትን እኔን ታስበኝ ዘንድ በፊትህ ሞገስ ለማግኘት የበቃሁት እንዴት ነው? አለችው።"

ሩት 22፥2

ሩት ለመቃረም ስትነሣም፣ በዔዝ ጐበዛዝቱን እንዲህ አላቸው፤ "በነዶው መካከል እንኳ ብትቃርም ክፉ አትናገሯት።"

ሩት 22፥10

"እስኪመሽ ድረስ ከአዝመራው ላይ ቃረመች፤ ከዚያም የሰበሰበችውን ገብስ ወቃች፤ አንድ የኢፍ መስፈሪያም ያህል ሆነ።"

ሩት 22፥15

© BPA Publishing Ltd 2024

# ሩት

ሩት እርሻው ውስጥ ስትቃርም ሳሉ።

የሩትን ባሕርይ እንዴት ትገልጹታላችሁ?

........................................................................................................

........................................................................................................

........................................................................................................

........................................................................................................

........................................................................................................

........................................................................................................

........................................................................................................

........................................................................................................

........................................................................................................

የኑኃሚንን ቤተሰብ ሐረግ ሳሉ።

የሩት ሕይወት መጽሐፍ ቢሆን ኖሮ ......
የተሰኘ ርዕስ ይኖረው ነበር።

# ሻቩ’ኦት

ለሳምንታት በዓል የዕብራይስጡ ቃል ሻቩ’ኦት ነው። በእስራኤል ሕዝብ ባሕል የሚከበረው ሻቩ’ኦት ከእርሻ ወቅታቸው ጋር የተያያዘ ነው፤ የገብስ አዝመራ የሚያበቃበትና የስንዴ አዝመራ የሚጀምርበት ጊዜ ነው።

## ሻቩ’ኦት

## שָׁבוּעוֹת

## የሳምንታት በዓል

እዚህ ላይ የዕብራይስጥ ቃል አመልክቱ፦

שבועות

שבועות

እዚህ ላይ የዕብራይስጥ ቃል ጻፉ፦

# እንጻፍ!

ከታች ባሉት መስመሮች ሻቩ'ኦት መጻፍ ተለማመዱ።

שבועות

שבועות

ይህን በራሳችሁ ሞክሩ፤ ዕብራይስጥ
የሚጻፈው ከቀኝ ወደ ግራ መሆኑን አስታውሱ።

© BPA Publishing Ltd 2024

# ትምህርት ሦስት

## ሩትና ቦዔዝ በዐውድማው ላይ፦ ሩት 3፥1-18

### 1. የትምህርቱ ግቦች፡-

በዚህ ትምህርት ልጆቹ፦
1. ቦዔዝ ለሩት ስለ ገባው ቃል
2. የሚቤዥ ሰው ድርሻ ምን እንደነበር ይረዳሉ

### 2. መግቢያ፡-

እርስ በርስ የሚረዳዱ ቤተሰቦች ጠቃሚነት ላይ በመወያየት ትምህርቱን ጀምር። ከዚያም የሚቤዥ ሰው ቤተሰብ ውስጥ ችግር ሲፈጠር የሚረዳ ሰው መሆኑን ግለጽላቸው። ቤተሰቦቻቸው የቤተሰብ አካል የሆነ ሰውን የረዱበት ጊዜ ካለ እንደ ምሳሌ እንዲናገሩ እያንዳንዱን ልጅ ጠይቅ። ክፍሉ ውስጥ ላሉት ከተናገሩ በኋላ የተሻለ የወደ ፊት ተስፋ እንዲኖራት ኑኃሚን ለሩት ስለ ሰጠቻት ምክር የሚማሩበትን የዛሬውን ታሪክ አስተውቃቸው። "ሩት ምክርዋን ተከትላለችን? እስቲ ይህን እንመልከት!" በማለት ክፍሉን ጠይቅ።

### 3. ቁልፍ ቃላትን መከለስ፡-

- ዐውድማ፦
  የተሰበሰበው አዝመራ እህል ከገለባው የሚለይበት ግልጽ ቦታ
- መቀባት፦
  ለሃይማኖታዊ ሥርዓት ወይም የአክብሮት ምልክት እንዲሆን ዘይት መጠቀም ወይም መቀባት
- የሚቤዥ
  የቤተሰቡ እንደሆነ እንዲቀጥል የቤተሰብ ንብረትን የመግዛት መብት ያለው ሰው
- መጐናጸፍያ፦
  አንድ የልብስ ዐይነት
- አገልጋይ፦
  ለሌሎች የመሥራት ግዴታ ያለበት ሰው

### 4. የእግዚአብሔርን ቃል እንዲያስታውሱ ልጆቹን ለመርዳት በቃል የሚያዝ ጥቅስ፡-

"እኔ አገልጋይህ ሩት ነኝ፤ መቤዠት የሚገባህ ቅርብ የሥጋ ዘመድ አንተ ነህና ልብስህን ጣል አድርግብኝ።" (ሩት 3፥9)

Jewish Voice Ministries International

## 5. ሩት 3፥1-18 ወይም ከታች ያለውን የመጽሐፍ ቅዱስ ታሪክ አንብቡ፦

ኑኃሚን ሩትን እንዲህ አለቻት፦ "መልካም ባልና የተመቸ ቤት ላገኝልሽ እፈልጋለሁ። ዛሬ ማታ ቦዔዝ በዐውድማው ገብስ ያበራያል። ተጣጠቢ፤ ሽቱ ተቀቢ፣ እንዲሁም የከተ ልብስሽን ልበሺ፣ ከዚያም ወደ ዐውድማው ሂጂ።" ራስዋን ከመግለጽዋ በፊት ቦዔዝ በልቶና ጠጥቶ እስኪያበቃ ከዚያም ወደ ማረፊያው እስኪሄድ ድረስ እንድትጠብቅ ኑኃሚን ሩትን መከረቻት። ቦዔዝ እንቅልፍ ከወሰደው በኋላ ቀስ ብላ እግሩ ሥር እንድትተኛና እስኪነቃ እንድትጠብቅ ነገረቻት። ኑኃሚንን በመተማመን ሩት ምክሯን ተከተለች። ቦዔዝ ወደ ነበረበት በመሄድ ቀስ ብላ እግሩ ሥር ተኛች። እኩለ ሌሊት ላይ ቦዔዝ ሲነቃ አንድ ሰው በማግኘቱ ተገረመ። "አንቺ ማን ነሽ?" ሲል ጠየቃት። "እኔ አገልጋይህ ሩት ነኝ፤ መቤዠት የሚገባህ ቅርብ የሥጋ ዘመድ ነህና ልብስህን ጣል አድርግብኝ" በማለት መለሰችለት። ሩትን ከመቤዠቱ በፊት ቦዔዝ መከተል ያለበት አንዳንድ ባሕሎች መኖራቸውን ተረዳ። እስኪነጋ ድረስ እዚያ እንድትቆይ ነገራት፤ ስለዚህ እስኪነጋ ድረስ ሩት ቦዔዝ እግር ሥር ቆየች። ለመሄድ ስትነሣ ቦዔዝ ለኑኃሚን የምትወስደው ጥቂት እህል ሰጣት። ሩት ወደ ቤት ስትመለስ፣ "ባዶ እጅሽን አትመለሽ በማለት ቦዔዝ ይህን ስድስት መስፈሪያ ገብስ ሰጠኝ" በማለት ሩት የሆነውን ሁሉ ለኑኃሚን ነገረቻት። ኑኃሚን በጣም ደስ አላት ቦዔዝ ተገቢውን ነገር እንደሚያደርግ ተማመነች።

## 6. እንከልስ፦

1. የዛሬው ትምህርት ስለ ምንድነው የሚናገረው?
2. በዚህ ታሪክ ዋናዎቹ ገጸባሕርያት እነማን ናቸው?
3. ኑኃሚን ለሩት የመከረቻት ምን ነበር?
4. ቦዔዝ ማን ነው፣ በዚህ ታሪክ ውስጥ በጣም አስፈላጊ የሆነው ለምንድነው?
5. ዐውድማ ውስጥ ቦዔዝ ከተኛ በኋላ ሩት ምን ነበር ያደረገችው?
6. ሲነቃ ሩት እዚያ መሆኗን ሲያውቅ ቦዔዝ ምን ነበር ያደረገው?
7. ቦዔዝ ለሩት ምን የሚል ቃል ነበር የገባላት?
8. ወደ ኑኃሚን ከመመለስዋ በፊት ቦዔዝ ለሩት የሰጣት ምንድነው?

## 7. የሚደረጉ ነገሮች፦

* አጭር የመጽሐፍ ቅዱስ ጥያቄ፦ ዐውድማ
* መሥሪያ ገጽ፦ እስራኤል እነማን ናቸው?
* መሥሪያ ገጽ፦ ለቦዔዝ ጥያቄዎች
* ከለር መቀባት፦ እኔ እቤዥሻለሁ
* የሚቤዥ ሰው ምን ማለት ነው?
* የፈጠራ ጽሑፈት፦ ቦዔዝ የሚቤዥ ሰው
* ከለር መቀባት፦ ዐውድማ
* ቃላት መገጣጠም፦ ሩት
* የምግብ አዘገጃጀት፦ ቤት ውስጥ የተሠራ የገብስ ሾርባ
* መሥሪያ ገጽ፦ እውነት ወይም ሐሰት?

# ዐውድማ

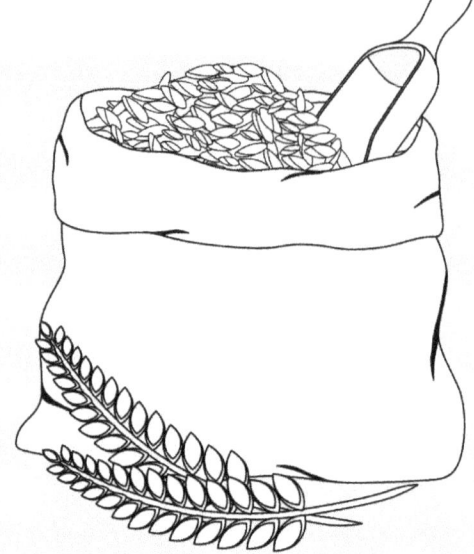

ሩት 3፥1-18 አንብቡ፤ ከታች ላሉት ጥያቄዎች መልስ ስጡ።

1. ኑኃሚን ለሩት ያላት ዝምድና ምንድነው?
2. በዔዝን በተመለከተ ኑኃሚን ለሩት የሰጠቻት ምክር ምን ነበር?
3. ማታ ሲሆን ወዴት እንድትሄድ ነበር ኑኃሚን ለሩት የነገረቻት?
4. በዔዝን ስታየው ምን እንድታደርግ ነበር ኑኃሚን ለሩት የነገረቻት?
5. በዔዝን ለማግኘት ከመሄድዋ በፊት ሩት እንዴት ነበር ራስዋን ያዘጋጀችው?
6. ማታ ላይ ሩት እርሱን ስታገኘው በዔዝ የተኛው የት ነበር?
7. እርሱን ባገኘች ጊዜ በዔዝ ምን እንዲያደርግ ነበር ሩት የጠየቀችው?
8. በዔዝ ለሩት ጥያቄ የሰጠው ምላሽ ምን ነበር?
9. ወደ ኑኃሚን እንድትወስድ በዔዝ ለሩት የሰጣት ምን ነበር?
10. ከበዔዝ ጋር መገናኘትዋን ሩት ስትነግራት የኑኃሚን ምላሽ ምን ነበር?

Jewish Voice Ministries International

# እስራኤል እነ ማን ናቸው?

መጠጥፉንና ሩት 3፥1-4፥22 አንብቡ። ከታች ላሉት ጥያቄዎች መልስ ስጡ።

ቦዔዝ በነበረበት ዘመን እስራኤላውያን በአሥራ ሁለት ነገዶች የተከፋፈሉ ነበሩ። እነዚህ የያዕቆብ (እስራኤል) ልጆች ነበሩ፦ ሮቤል፣ ስምዖን፣ ሌዊ፣ ይሁዳ፣ ዳን፣ ንፍታሌም፣ ጋድ፣ አሴር፣ ይሳኮር፣ ዛብሎን፣ ዮሴፍ (ልጆቹ ምናሴና ኤፍሬም እንደ ነገዶች ተቆጥረዋል)፣ እና ብንያም እያንዳንዱ ነገድ የራሱ ርስትና መሪዎች ነበሩት፤ ሆኖም፣ ሁሉም ከግብፅ ባርነት ያወጣቸውን ጌታ ይከተሉ ነበር። በዚያ ዘመን እስራኤል በመሳፍንት ይመሩ ነበር። መሳፍንት እስራኤልን እንዲመሩና እንዲጠብቁ እግዚአብሔር የሾማቸው የተለዩ መሪዎች ነበሩ። በጣም ከታወቁት መሳፍንት ጥቂቶቹ ዲቦራ፣ ሳምሶንና ጌዴዎን የመሳሰሉትን ያካትታሉ።

ቦዔዝ ከይሁዳ ነገድ የተገኘ በቤተልሔም የሚኖር ሀብታምና የተከበረ ሰው ነበር። በጣም ደግ እና በተለይም ለሞዓባይቷ መበለት ለሩት ባደረገው ደግነት ታማኝነቱን አሳይቶ ነበር። ሩት ለመቃረም ወደ እርሻው ስትመጣ፣ ቦዔዝ ታላቅ ክብርና ቸሮታ አደረገላት፤ እንክብካቤ እንዲደረግላት አደረገ፤ ተጨማሪ እህል ሰጣት። በመጨረሻም በእስራኤል ማኅበረሰብ መበለትን ለመርዳትና የሚያስፈልጋትን በማሟላት ረገድ በነበረው ባሕል መሠረት የሚቤዥ ቅርብ የሥጋ ዘመድ በመሆኑ ቦዔዝ ሩትን አገባት። የንጉሥ ዳዊትና በኋላም የዮሹዋ ቀጥተኛ የዘር ሐረግ በመሆናቸው የእነርሱ ኅብረት ሁነኛ ስፍራ ይሰጠዋል። የቦዔዝ ታሪክ የርኅራኄ፣ የታማኝነትና የእግዚአብሔርን ሕግ (ቶራ) የመከተል ታሪክ ነው።

1. በቦዔዝ ዘመን የነበሩትን አሥራ ሁለት የእስራኤል ነገዶች ስም ዘርዝሩ። በማን ስም ነበር የተጠሩት?

..........................................................................................................

..........................................................................................................

2. መሳፍንት በእስራኤላውያን ሕይወት የነበራቸው ድርሻ ምን ነበር?

..........................................................................................................

3. ከእስራኤል ማኅበረሰብ አንጻር ቦዔዝ ለሩት ያደረገው ታላቅ ፋይዳ የተሰጠው ለምን ይመስላችኋል?

..........................................................................................................

..........................................................................................................

JUDAH

# ለቦዔዝ ቃለ መጠይቅ!

ከሩት ታሪክ እንደ ተመለከትነው እንደሚበዣት ቦዔዝ ቃል ገብቶላታል (ሩት 3፥1-8)። አንድ መጽሔት ቃል መጠይቅ(ቦዔዝን) ልኮልሃል። ስለ ራስህ ንገራቸው።

**1.** ራስህን አስተዋውቅ።

........................................................................................................

........................................................................................................

**2.** ሩትን ስታያት መጀመሪያ ምን ነበር ያሰብኸው?

........................................................................................................

........................................................................................................

**3.** እርሷን ለመቤዠት ቃል የገባኸው ለምንድነው?

........................................................................................................

........................................................................................................

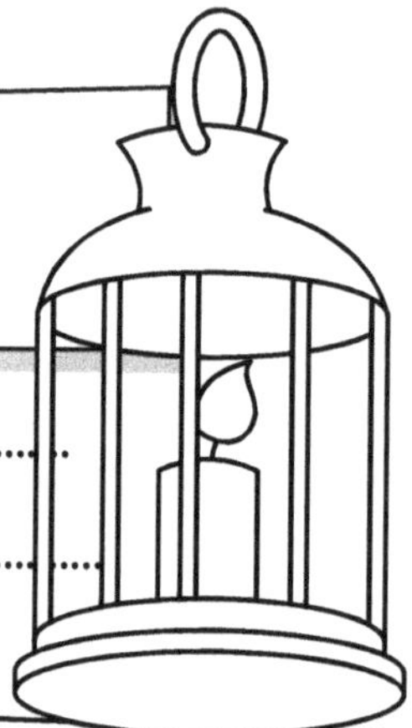

**4.** የወደፊቱ ለአንተ፣ ለሩትና ለኑኃሚን ምን የያዘ ይመስልሃል?

........................................................................................................

........................................................................................................

........................................................................................................

© BPA Publishing Ltd 2024

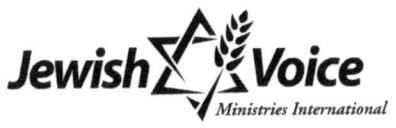

በሕያው
እግዚአብሔር
እምላለሁ፤
እኔ እቤዥሻለሁ።

ሩት 3፥13

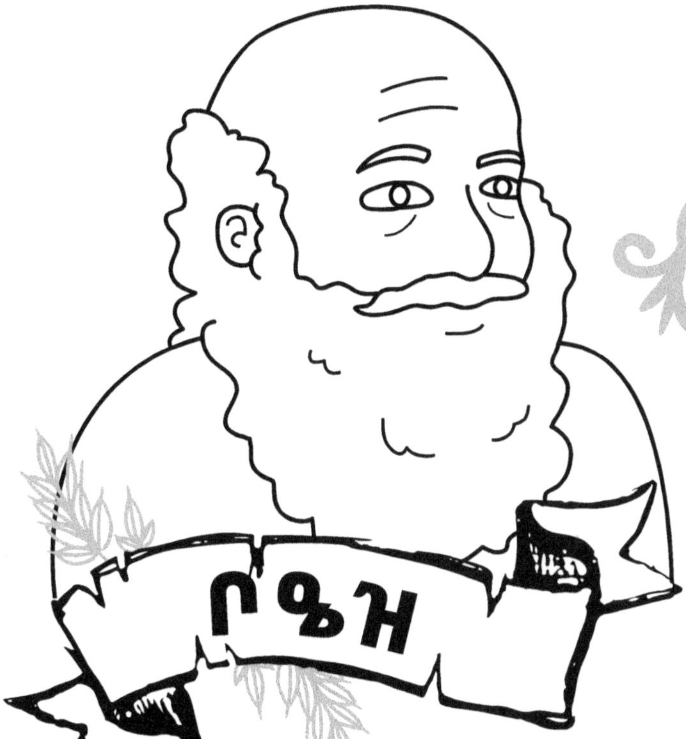

# የሚቤዥ ሰው ምንድነው?

በቶራ በተነገረው መሠረት የሚቤዥ ሰው የቤተሰቡ አካል የሆኑ ሰዎች ችግር ላይ ሲሆኑ ወይም እርዳታ ሲጠይቁ የሚረዳ የቤተሰቡ የቅርብ ሥጋ ዘመድ ነው።(ዘሌዋውያን 27፡9-25 እና 25፡47-55)። እንዲህ ያለው ሰው ሌላውን ያድናል ወይም ለቤተሰቡ በጣም ጠቃሚ የሆነ ነገር መልሶ ይገዛል። መጽሐፍ ቅዱስ ውስጥ ለዚህ በጣም ታዋቂ ታሪክ ስለ ሩትና ቦዔዝ የተነገረው ነው (ሩት 3፡9)። ባላቸውን በሞት ካጡ በኋላ ምንም ገንዘብ ስላልነበራቸው ሩት እና ምራትዋ ኑኃሚን ችግር ላይ ወድቀው ነበር። ወደ ኑኃሚን ትውልድ ቦታ ወደ ቤተልሔም ተመለሱ። በቤተልሔም ሩት የኑኃሚን ዘመድ የሆነው ቦዔዝ እርሻ ውስጥ የተራረፈ እህል ትቃርም ነበር።

ቦዔዝ ችግራቸውን ስለ ተረዳ ሊረዳቸው ወሰነ። ሩትን አገባት፣ ኢዮቤድ የተባለ ወንድ ልጅ ወለዱ። ኢዮቤድ የንጉሥ ዳዊት አያት፣ የንጉሥ ሰሎሞን ቅድመ አያትና የመሲሑ የዮሽዋ ጥንታዊ አባት ነበር።

እግዚአብሔር ለእስራኤል ሕዝብ የሚቤዥ ቅርብ የሥጋ ዘመድ እንደ ሆነ መጽሐፍ ቅዱስ ይናገራል (ዘፀአት 6፡6-70)። ደካማዎች የሆኑትንና ችግር ውስጥ ያሉትን የሚጠብቅና የሚያድን መሆኑ ተነግሮአል። እረኛ በጎቹን እንደሚጠብቅ እግዚአብሔር ሕዝቡን እንደሚጠብቅና እንደሚረዳ የሚያመለክቱ ብዙ ታሪኮች መጽሐፍ ቅዱስ ውስጥ ይገኛሉ (መዝሙር 82፡4፤ ዳንኤል 6፡27 እና ኤርምያስ 20፡13)፤ እርሱ የእስራኤልን በጎች ይጠብቃል ( ሕዝቅኤል 34፡10-12)።

**መጣጥፉን አንብቡ። ለጥያቄዎቹ መልስ ስጡ።**

1. ቶራ ውስጥ የሚቤዥ ቅርብ የሥጋ ዘመድ ድርሻ ምን ነበር?
2. መጽሐፍ ቅዱስ ውስጥ የሚቤዥ ቅርብ ዘመድ ምሳሌ የሚሆን ሰው መጥራት ትችላላችሁ?
3. የቦዔዝና የሩት ልጅ ኢዮቤድ በጣም አስፈላጊ የሆነው ለምንድነው?
4. መጽሐፍ ቅዱስ ውስጥ እግዚአብሔር እንደሚቤዥ ቅርብ የሥጋ ዘመድ ሆኖ የተገለጸው እንዴት ነበር?

**ሩት 2፥1-3፡18 አንብቡ። ስለ ቦዔዝ ምን ተማራችሁ?**

ሩትን እንደሚቤዣ ሰው ቦዔዝ ምን ማድረግ እንዳለበት አጭር አንቀጽ ጻፉ።

.......................................................................................................................

.......................................................................................................................

.......................................................................................................................

.......................................................................................................................

.......................................................................................................................

.......................................................................................................................

.......................................................................................................................

# የእህል ዐውድማ

ሩት ከቦዔዝ በኋላ ወደ ዐውድማው ሄደች፤ ምራትዋ ኑኃሚን የነገረቻትንም አደረገች። ቦዔዝ ከበላ ከጠጣ በኋላ እህል ክምር ላይ ወጥቶ ተኛ። ሩት ቀስ ብላ መጣች እግሩን ገልጣ እዚያ ተናች። ዕኩለ ሌሊት ላይ ቦዔዝ ደንግጦ ሲገላበጥ፣ አንዲት ሴት እግሩ ሥር መተኛቷን አየ! "አንቺ ማነሽ" ሲል ጠየቃት። "እኔ አገልጋይህ ሩት ነኝ፤ አንተ የምትቤዠኝ ዘመድ ስለሆንህ ጥበቃ አድርግልኝ" አለችው። ቦዔዝ እንዲህ አለ፤ "ልጄ ሆይ እግዚአብሔር ይባርክሽ፤ ከዚህ በፊት ካደረግሽው ይልቅ፣ ያሁኑ በጐነትሽ ይበልጣል፤ ባለጠጋም ሆነ ድኻ ወጣት ወንድ ልጅ ፈልገሽ አልሄድሽምና። አሁንም ልጄ ሆይ አትፍሪ፤ የምትጠይቂውን ሁሉ አደርግልሻለሁ፤ አንቺ ምግባረ መልካም ሴት መሆንሽንም የአገሬ ሰው ሁሉ ያውቀዋል። ምንም እንኳ፣ እኔ ቅርብ የሥጋ ዘመድ መሆኔ የተረጋገጠ ቢሆንም፣ ከእኔ ይልቅ መቤዠት የሚገባው ቅርብ የሥጋ ዘመድ አለ። ከዚህ ዕደሪ፤ ሲነጋም ሰውየው ሊቤዥሽ ከፈለገ መልካም ነው ይቤዥሽ፤ የማይፈልግ ከሆነ ግን በሕያው እግዚአብሔር እምላለሁ እኔ እቤዥሻለሁ።" (ሩት 3፥6-13)

**ስዕሉን የተሟላ ለማድረግ ሩትና ቦዔዝን በእህል ዐውድማ ሳሉ።**

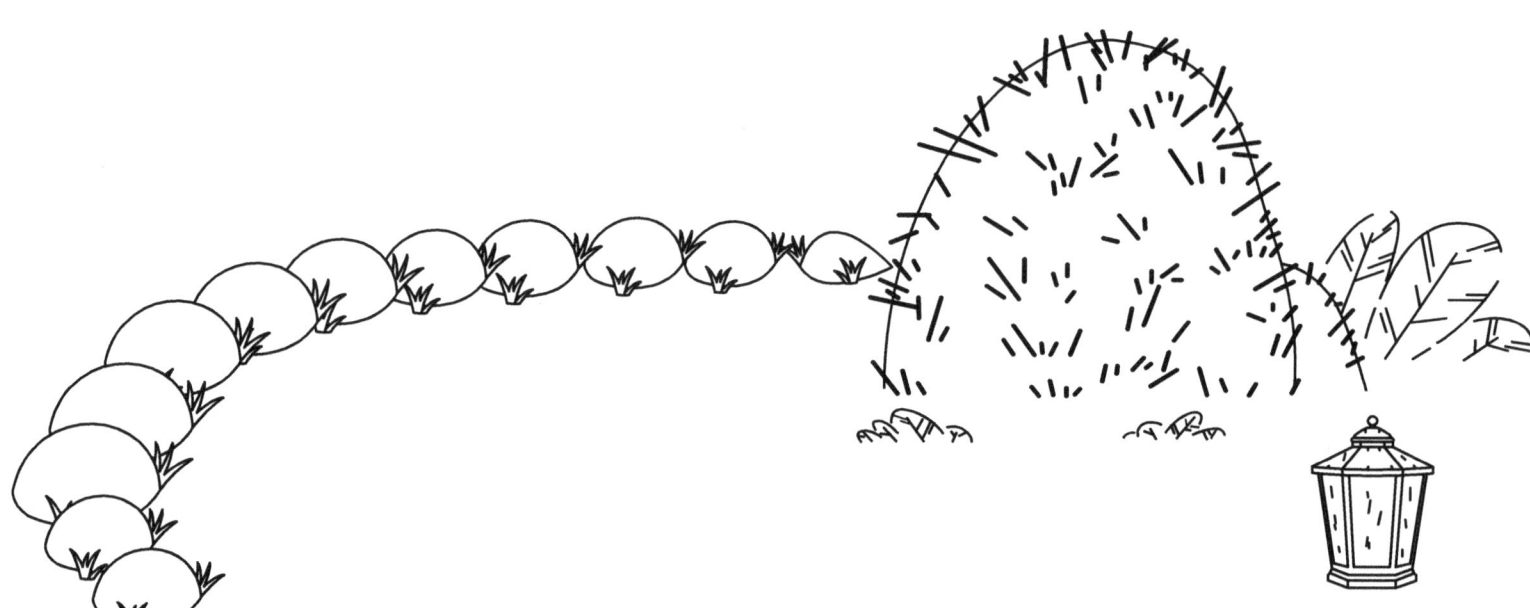

Jewish Voice Ministries International

የሩት ታሪክ ውስጥ ስለ ሰዎችና በታዎች ማወቅ እንድትችሉ ስሞችን አገጣጥሙ።

| | | | |
|---|---|---|---|
| ትሩ | ........................ | ንዖኬሌ | ........................ |
| ኃሚኑን | ........................ | ንፋርዖ | ........................ |
| ዔዝበ | ........................ | ተቤ ምሔል | ........................ |
| ሌክቢአሜ | ........................ | ዓምብ | ........................ |
| ሐመንሎ | ........................ | ዮኢድቤ | ........................ |

✱ ስለ ሩት ታሪክ በሩት 1-4 ላይ አንብብ.

Jewish Voice Ministries International

# ቤት ውስጥ የተሠራ የገብስ ሾርባ

## የሚያስፈልጉ ነገሮች

አንድ ሲኒ ገብስ

አንድ ማንኪያ ቅቤ፣ 1 ትልቅ ቀይ ሽንኩርት፣ የተከተፈ

ካሮት፣ የደቀቀ

ሴለሪ አገዳ፣ የደረቀ

የነጭ ሽንኩርት ፍሬዎች፣ የደቀቀ

ሲኒ የአትክልት ወይም የዶሮ መረቅk

1 ቆርቆሮ (14 oz) የተፈጨ ቲማቲም፣ ከጭማቂ ጋር

1 ማንኪያ ትኩስ ሪም፣ በደንብ የደቀቀ

1 ቤይ ቅጠል

ጨውና በርበሬ፣ ጣዕም እንዲኖረው

2 ሲኒ የተከተፈ ስፒናች ወይም ካሌ (እንደ አማራጭ)

## አሠራሩ

ገብሱን በውሃ በመዘፍዘፍ ጀምሩ፤ ለጥቂት ጊዜ ይቆይ። በትልቅ ድስት ውስጥ አንድ ማንኪያ ቅቤ፣ የተከተፈ ቀይ ሽንኩርት፣ ካሮት፣ ሴለሪ እና የተፈጨ ነጭ ሽንኩርት እስኪመሳሰል ድረስ እሳት ላይ ይሁን። ገብሱን መጨመር፣ ስድስት ሲኒ የአትክልት ወይም የዶሮ መረቅ መጨመር፣ አንድ ቆርቆሮ የተፈጨ ቲማቲም፣ አንድ ማንኪያ ትኩስ ሪም የቤይ ቅጠል፣ በጨውና በርበሬ ማጣፈጥ።

ሾርባው ይፍላ፣ ገብሱ ገር እስኪሆን ድረስ ለ 45 ደቂቃ ቀስ ብሎ ይብሰል። ተጨማሪ አረንጓዴ ቅጠሎች፣ የተከተፈውን ስፒናች ወይም ካሌ በመጨረሻው 10 ደቂቃ አማስሉ። የቤይ ቅጠል አስወግዱ፣ ጣዕሙን ቅመሱ፤ ሾርባው ትኩስ እንደሆነ አቅርቡ፣ ትኩስ ፓርስሊ ጣል ጣል አድርጉበት።

# ዕውቀታችሁን ፈትኑ!

ከታች ያሉት ዐረፍተ ነገሮች እውነት ናቸው ውሸት? ሩት 1፥1-3፡18። ትክክል የሆነውን ሳጥን ክበቡት።

| | | |
|---|---|---|
| ወደ ቤተልሔም ከመመለሳቸው በፊት ሩትና ኑኃሚን በሞዓብ ይኖሩ ነበር። | እውነት | ሐሰት |
| ኑኃሚን መሐሎንና ዳንኤል የሚባሉ ሁለት ልጆች ነበሯት። | እውነት | ሐሰት |
| እንደ ኑኃሚን ሩትም ከግብፅ ነበር የመጣችው። | እውነት | ሐሰት |
| ቦዔዝ ሩት እርሻው ውስጥ እንድትቃርም ፈቀደላት። | እውነት | ሐሰት |
| ሩትና ኑኃሚን ወደ ቤተልሔም የተመለሱት የገብስ አዝመራ በሚጀመርበት ጊዜ ነበር። | እውነት | ሐሰት |
| ኑኃሚን በቁርስ ሰዓት ሩት ወደ ቦዔዝ እንድትሄድ ነገረቻት። | እውነት | ሐሰት |
| ሌላ የቅርብ ዘመድ ካልተቤዣት እርሱ እንደሚቤዣት ቦዔዝ ለሩት ነገራት። | እውነት | ሐሰት |

እስከ አሁን
ድረስ ስለ ሩት ምን
ያህል ዐወቃችሁ?

Jewish Voice Ministries International

# ትምህርት አራት

## በዔዝ ሩትን ተቤዠ፦ ሩት 4፥1-12

### 1. የትምህርቱ ግቦች፡-

በዚህ ትምህርት ልጆቹ፦

1. ኑኃሚን ርስቷን እንዳትሸጥ በዔዝ እንደ ረዳት
2. በዔዝ ሩትን ለማግባት የተስማማበትን ምክንያት ይረዳሉ

### 2. መግቢያ፡-

ጓደኛን ወይም የቤተሰብ አካል የሆነ ሰው የረዱበትን ጊዜ እንዲያስታውሱ ክፍሉን በመጠየቅ ትምህርቱን ጀምር። ልምምዳቸውን ለክፍል ጓደኞቻቸው እንዲናገሩ አበረታታቸው። ከአጭር ውይይት በኋላ በዛሬው ትምህርት በዔዝ ኑኃሚንንና ምራትዋ ሩትን እንዴት እንደረዳቸው እንደሚማሩ ንገራቸው። "በዔዝ ያደረገው እርዳታ መጽሐፍ ቅዱሳዊ ነውን? እስቲ እንመልከት!" በማለት ክፍሉን ጠይቅ።

### 3. ቁልፍ ቃላትን መከለስ፡-

- የሚቤዥ ሰው፦
  የቤተሰቡ ሀብት ሆኖ እንዲቀር የአንድ ቤተሰብ አካልን ንብረት የመግዛት መብት ያለው ሰው
- ውርስ፦
  አንድ ሰው ከሞተ በኋላ ለቤተሰብ አካል የሚተላለፍ ንብረት ወይም ገንዘብ
- መበለት፦
  ባልዋ የሞተባትና እንደገና ያላገባች ሴት።
- ሽማግሌዎች፦
  ማኅበረሰቡ ውስጥ የሚገኙ አስተዋይ የተከበሩ ሽማግሌ መሪዎች
- ነጠላ ጫማ፦
  ቀለል ያለ የጫማ ዐይነት

### 4. የእግዚአብሔርን ቃል እንዲያስታውሱ ልጆቹን ለመርዳት በቃል የሚያዝ ጥቅስ፡-

"የመሐሎን ሚስት የነበረችው ሞዓባዊት ሩትን አግብቻታለሁ ... "(ሩት 4፥10)


© BPA Publishing Ltd 2024

## 5. ሩት 4፥1-12 ወይም ከታች ያለውን የመጽሐፍ ቅዱስ ታሪክ አንብቡ፦

የቤተሰቧ የነበረውን ርስት መሸጥ የፈለገችው ኑኃሚንን ለመርዳት በመፈለጉ ቦዔዝ አስፈላጊ ሰዎች ወደሚሰበሰቡበት ወደ ከተማው በር ሄደ። በሩ አጠገብ ተቀምጦ ሳለ የኑኃሚንን ርስት ለመግዛት የመጀመሪያ መብት ያለውን የሚቤዥ የቅርብ ሰው ቦዔዝ ጠራው። ምስክር እንዲሆንና ውሳኔ በማድረግ ሂደት እንዲረዱ ከከተማው 10 ሽማግሌዎች ሰበሰበ። የኑኃሚንን ርስት የሚገዛ ከሆነ የኑኃሚን ምራት የሆነችውን ሩትን የመርዳት ኃላፊነት እንዳለበት ቦዔዝ ለሰውየው ገለጸለት። የቀድሞ ባልዋ ስም እንዳይጠፋ ለማድረግ መበለት የሆነችው ሩት ማግባት አለባት። በመጀመሪያ ላይ የሚቤዠው ሰውዬ ርስቱን ለመግዛት ፈልጎ ነበር። ይሁን እንጂ፣ ሩትን በተመለከተ የሚኖርበትን ኃላፊነት ሲረዳ፣ "የራሴን ርስት አደጋ ላይ ልጥል ስለምችል እኔ ልቤዠው አልችልም አንተው ራስህ ተቤዠው" በማለት ሐሳቡን ለወጠ። ጫማውን አውልቆ ለቦዔዝ ሰጠው፤ እንዲህ ማድረግ ርስቱን የመግዛቱንና ሩትን የማግባቱን መብት ለሌላው እንደሰጠ ምልክት ነበር። ቦዔዝ ይህን ተቀበለ፤ ዕቅዱንም በሩ ላይ ለተሰበሰቡት ሁሉ አሳወቀ። ከእንግዲህ እርሱ የኑኃሚንን ርስት ይገዛል፤ ሩትንም ያገባል። እዚያ የነበሩ ሁሉ ደስ አላቸው፤ "ይህችን ወደ ቤትህ የምትገባውን ሴት፣ እግዚአብሔር የእስራኤልን ቤት በአንድነት እንደ ሠሩ እንደ ራሔልና እንደ ልያ ያድርጋት" በማለት ቦዔዝን ባረኩት።

## 6. እንከልስ፦

1. የዛሬው የትምህርት ስለምንድን ነው የሚያወራው?
2. ቦዔዝ ማን ነበር፣ ወደ ከተማው በር የሄደው ለምን ነበር?
3. በዚህ ታሪክ፣ 'የሚቤዥ ሰው' ምን ማለት ነው?
4. ኑኃሚን ርስቷን መሸጥ የፈለገችው ለምንድነው?
5. የኑኃሚንን ርስት ከገዛ፤ የሚቤዠው ሰው የሚኖርበት ኃላፊነት ምንድነው?
6. የመጀመሪያው ሰው ያንን ርስት መግዛት ያልፈለገው ለምንድነው?
7. ቦዔዝና የሚቤዥ ሰው ውሉን ያጸኑት እንዴት ነበር?
8. በሩ ላይ ተሰብስበው የነበሩ ሰዎች ለቦዔዝና ለሩት የወደፊት ሕይወት ተስፋ ያደረጉላቸው ምን ነበር?

## 7. የሚደረጉ ነገሮች፦

* አጭር የመጽሐፍ ቅዱስ ጥያቄ፦ ቦዔዝ ሩትን ተቤዠ
* ከለር መቀባት፦ ቦዔዝ ሽማግሌዎቹ ጋር ተገናኘ
* መሥሪያ ገጽ፦ የከተማ በሮች በጥንት እስራኤል
* መሥሪያ ገጽ፦ ሩት ተቤዠች
* መሥሪያ ገጽ፦ ቦዔዝና ሩት
* የሚሠራ፦ የራሳችሁን ነጠላ ጫማ ንድፍ ሥሩ
* መሥሪያ ገጽ፦ ይህን ታውቃላችሁ?
* መሥሪያ ገጽ፦ የሚቤዥ ሰው ታሪክ
* ዕብራይስጥ እንማር፦ የሁዳህ

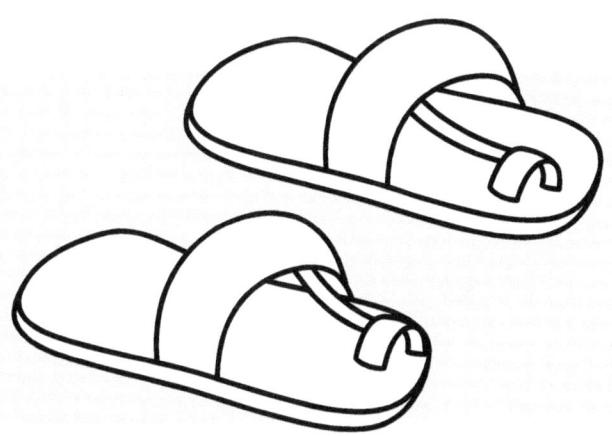

Jewish Voice Ministries International

# ቦዔዝ ሩትን ተቤዠ

ሩት 4፥1-12 አንብቡ። ከታች ላሉት ጥያቄዎች መልስ ስጡ።

1. በከተማው በር ቦዔዝ ያገኘው ማንን ነው፤ ለምን?

2. የሚቤዥ ቅርብ የሥጋ ዘመድ የነበረውን ድርሻ ግለጹ።

3. የኑኃሚንን ርስት በተመለከተ ቦዔዝ ለሚቤዠው ሰው የነገረው ምንድነው?

4. መጀመሪያ ላይ የሚቤዠው የመጀመሪያው ሰው ያንን ርስት መቤዠትን በተመለከተ የሰጠው ምላሽ ምን ነበር?

5. የሚቤዠው የመጀመሪያው ሰው ያንን ርስት መቤዠት ሐሳቡን የለወጠው ለምንድነው?

6. አንድን ውል ለማጽናት በእስራኤል የነበረው ልማድ ምን ነበር?

7. የሚቤዠው ሰው እንደማይገዛ ከተናገረ በኋላ ቦዔዝ ለሽማግሌዎቹና ለሕዝቡ ሁሉ ምን ነበር ያላቸው?

8. በበሩ የነበሩ ሰዎችና ሽማግሌዎቹ ቦዔዝ ለተናገረው የሰጡት ምላሽ ምን ነበር?

9. ሕዝቡና ሽማግሌዎቹ ለሩትና ለቦዔዝ የሰጡት በረከት ምን ነበር?

10. ፋሬስ፣ ትዕማር፣ ይሁዳና ኤስሮም በበረከቱ ውስጥ የተጠቀሱት ለምንድነው?

ቦዔዝ በቤተልሔም ከተማ በር ከአሥር ሽማግሌዎች ጋር ተገናኘ (ሩት 4፤1-2)::
ቦዔዝ አሥሩ ሽማግሌዎች ጋር በከተማው በር ሲገናኝ ሳሉ

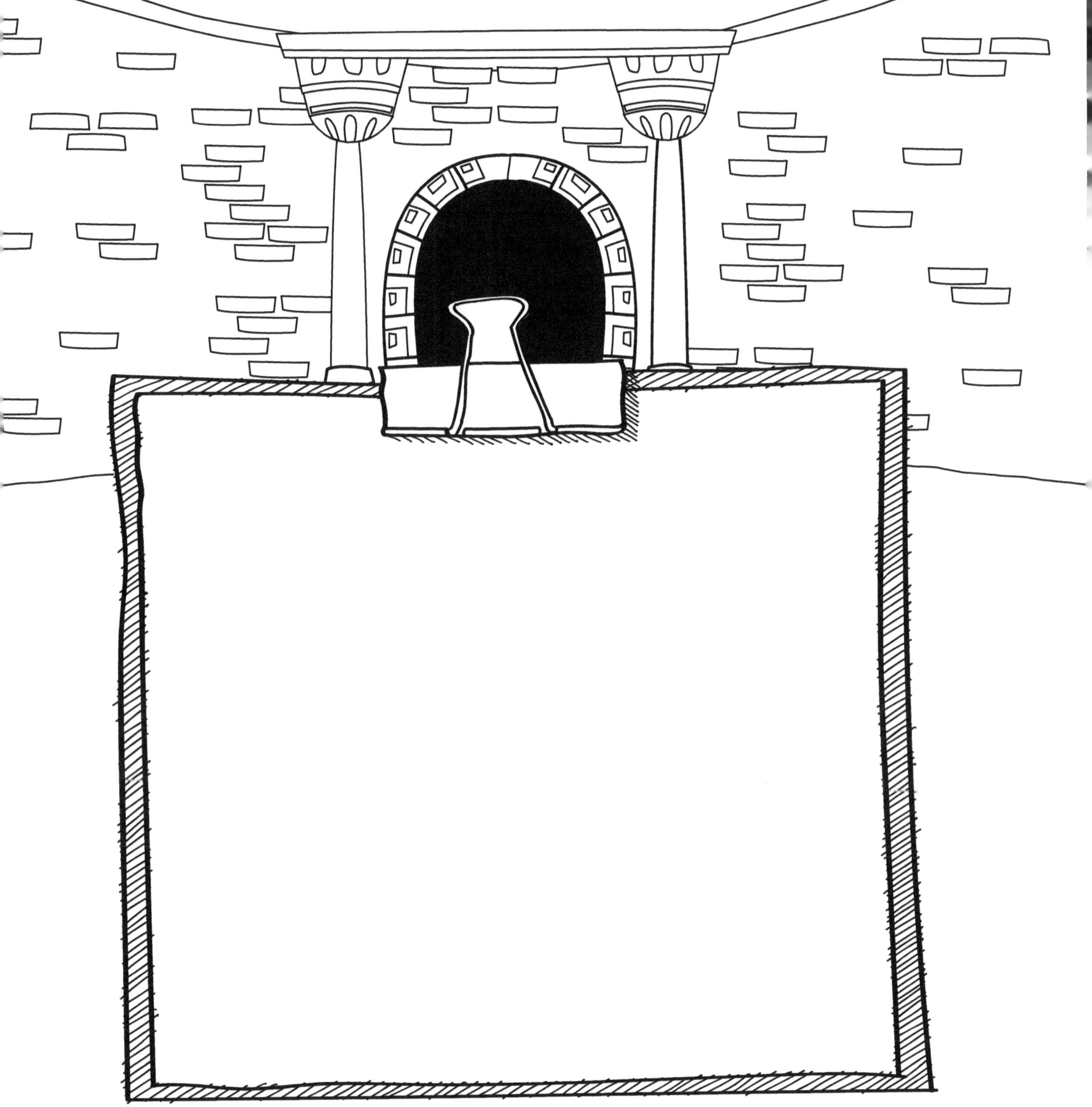

# በጥንት እስራኤል የከተማ በሮች

በጥንት እስራኤል የከተማ በሮች መግቢያና መውጫ ብቻ ሳይሆን፣ በተለይም ቤተልሔም ለመሰለች ከተማ በጣም አስፈላጊ የማኅበረሰቡ ሕይወት አካል ክፍል ነበር። እነዚህ በሮች ዛሬ ከምናስበው በጣም የበለጠ ድርሻ ነበራቸው። በድንጋይ የተገነቡትና ብዙውን ጊዜ በማማዎች የሚጠበቁት የከተማ በሮች ጠላትን በመመከት የመጀመሪያውን ስፍራ ይይዛሉ። የነበራቸው ፋይዳ ከነዋሪዎቹ የዕለት ሕይወት የላቀ ነበር።

ከሁሉም የበለጠ የከተማ በሮች የአስተዳደርና የፍትሕ ማዕከሎች ነበሩ። ክርክሮችን ለመዳኘት፣ ሕግ ነክ ጉዳዮች ላይ ውሳኔ ለማሳለፍ፣ የማኅበረሰቡን ሰላም ለማስጠበቅ ብዙውን ጊዜ በከተማው ደጆች ሽማግሌዎች ይሰበሰቡ ነበር። በሩት ታሪክ ውስጥ የቤተልሔም ከተማ ደጅ የንብረትና የቤተሰብ መብት ሁነኛ ውሳኔዎች የሚተላለፉበት ቦታ ነበር። ሩትን ለማግባት ቦዔዝ ሕጋዊ ውል ያደረገበት፣ ከዚህም የተነሣ የሞተው ባሏ ዘር እንዲቀጥል የተደረገበት ቦታ የከተማው በር ነበር።

**መጣጥፉንና ሩት 4፥1-12 አንብቡ። ከታች ላሉ ጥያቄዎች መልስ ስጡ።**

1. በጥንት እስራኤል የከተማ በሮች ሁለት ዋና ተግባሮች ምን ነበሩ?
2. በሕዝቡ የዕለት ተዕለት ሕይወት የከተማ በር አካባቢ ተግባር ምን ነበር?
3. በሩት ታሪክ ውስጥ የቤተልሔም ከተማ በር ድርሻ ምን ነበር?

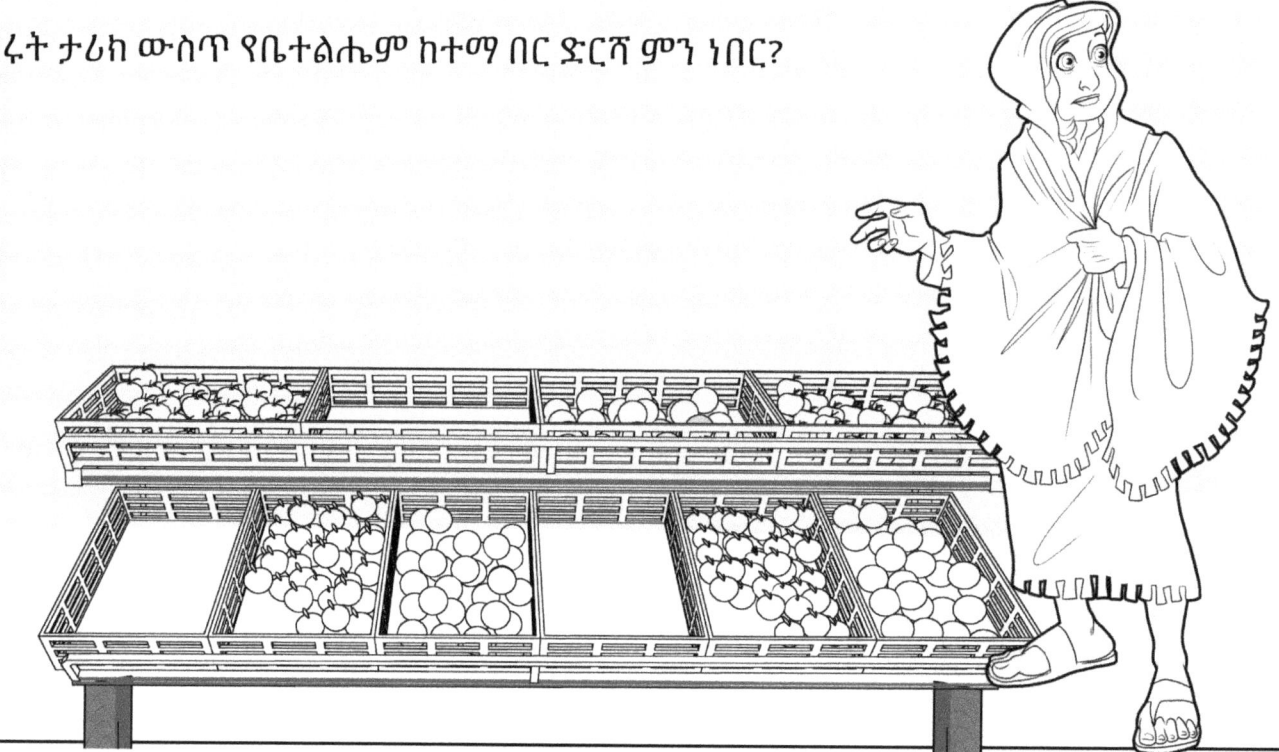

© BPA Publishing Ltd 2024

# ሩት ተቤዠች

በዔዝና የሚቤዠው የመጀመሪያ ሰው በከተማው በር ተገናኙተው ስለ ኑኃሚንና ስለ ሩት ሁኔታ ተነጋገሩ። ሲገናኙ ምን ነበር የሆነው? (ሩት 4፥1-10) የተነጋገሩትን በራሳቸሁ ቋንቋ ከታች ጻፉ።

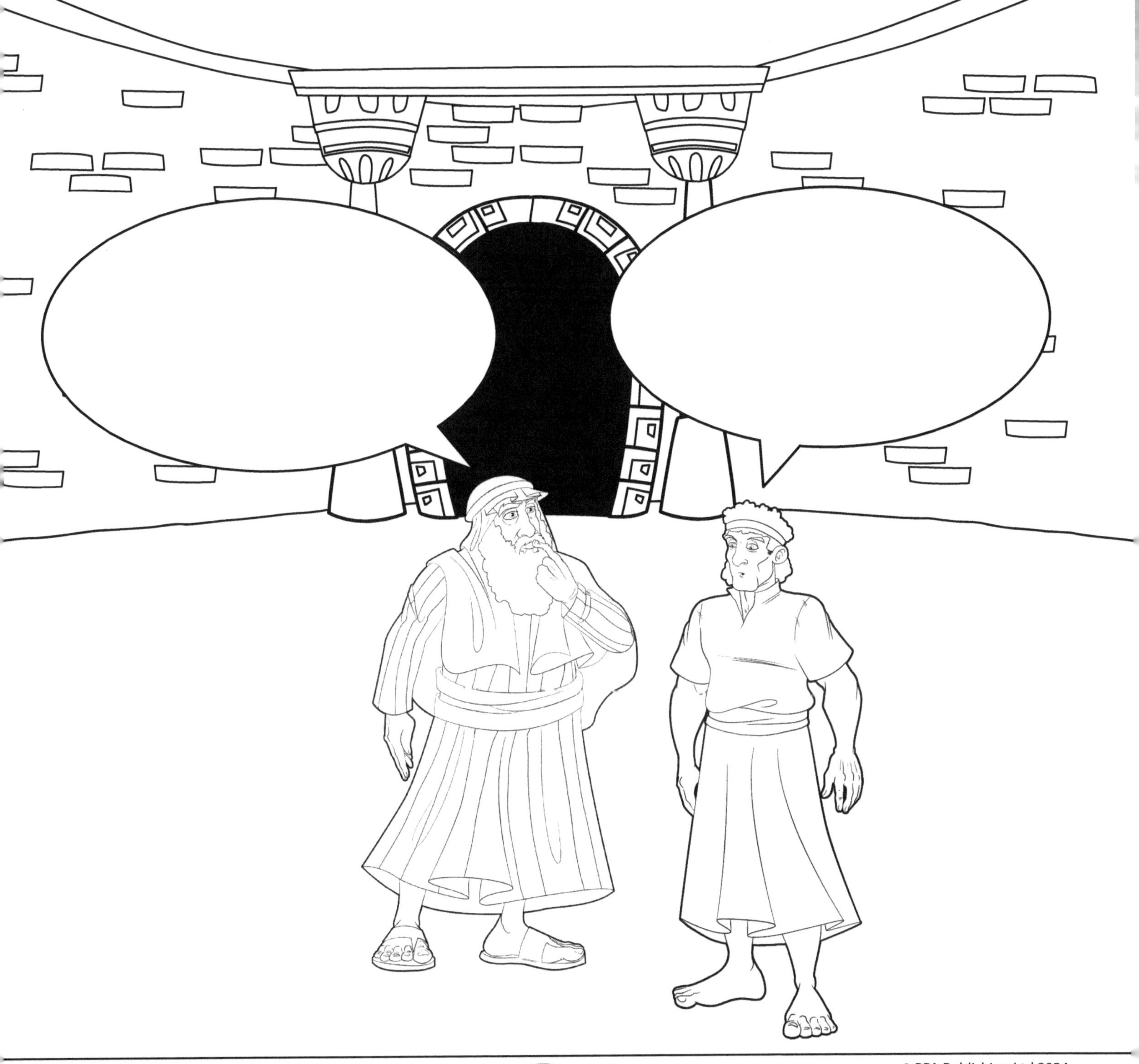

**የተልዕኮው ግብ፦**
ቦዔዝ ሩትን የተቤዠው የት እና እንዴት እንደ ነበር መረዳት።

እያንዳንዱን ጥያቄ አንብቡና ከታች ባለው ባዶ ቦታ መልሳችሁን ጻፉ ወይም ሳሉ።

ቦዔዝ ሩትን የተቤዠው ለምንድነው?

........................................

........................................

........................................

........................................

የጥንት ከተማ በር መሳል ትችላላችሁን?

የጥንት እስራኤላውያን በውሉ መስማማታቸውን እንዴት ነበር የሚያሳዩት?

........................................

........................................

........................................

........................................

........................................

........................................

........................................

........................................

የሩት ታሪክ መጽሐፍ ቢሆን ኖሮ፣ ርዕሱ ... የሚል ይሆን ነበር

Jewish Voice Ministries International

# የራሳችሁን ነጠላ ጫማ ንድፍ ሥሩ

በጥንት እስራኤል ነጠላ ጫማዎች ጫማ ብቻ ከመሆን ያለፈ አገልግሎት ነበራቸው። ውል እና ኮንትራክት ለማድረግ ልዩ ድርሻ ነበራቸው። ሁለት ሰዎች በአንድ ነገር ላይ ከተስማሙ አንደኛው ጫማውን በማውለቅ ለሌላው ይሰጠው ነበር። ይህም የሚያሳየው ንብረት ወይም መብት ከአንዱ ወደ ሌላው መተላለፉን ነው። እንዲህ የሚደረገው ሁሉም እንዲያዩ ሕዝብ ፊት ሲሆን፣ ስምምነቱን ጠንካራና ግልጽ ያደርገዋል። ውል መደረጉን ለማሳየት ቀላልና በጣም ጠቃሚ መንገድ ነበር።

የራሳችሁን የእስራኤላዊ ጫማ ንድፍ እዚህ ሥሩ።

**እስራኤላዊውን ከለር ቀቡ!**

Jewish Voice Ministries International

# ይህን ታውቃላችሁን?

በጥንት እስራኤል ገብስ በጣም ጠቃሚ የእህል ዐይነት ነበር፤ ሌላው ቀርቶ ከስንዴ እንኳ ይበልጥ የተለመደ ነበር። በጣም የተለየ የሆነው ሌሎች የእህል ዐይነቶች ማደግ በማይችሉበት ከባድ ሁኔታ ውስጥ ማደግ በመቻሉ ነው። ይህም ገብስን በተለይ ደግሞ አየሩን አስቀድሞ ለማወቅ አዳጋች በሚሆንበት ጊዜ እጅግ ጠቃሚ የእህል ዐይነት ያደርገዋል። ሰዎች ገብስን በተለያዩ መንገዶች ይጠቀሙበታል። በበለጠ ደረጃ ዳቦ ይሠሩበታል፤ እኛ ሩዝ ወይም ፓስታ እንደምንመገበው በየዕለቱ ይበሉታል። ትኩስና ጣፋጭ ገንፎ ይሠሩበታል። ገብስ ለምግብ ብቻ ሳይሆን፣ ለንግድ እንደ ገንዘብም ያገለግል ነበር። ይህ ገብስ እንደ ማንኛውም ሰብል ሳይሆን፣ በጥንት እስራኤል የዕለት ተዕለት ሕይወትና እንቅስቃሴ የነበረውን ትልቅ ቦታ ያሳያል።

ሩት 2፥1-23 አንብቡ። የዚህን የመጽሐፍ ቅዱስ ምንባብ ትዕይንት ሳሉ።


© BPA Publishing Ltd 2024

Jewish Voice Ministries International

# የራሳችሁን ነጠላ ጫማ ንድፍ ሥሩ

ሩት 4 አንብቡ ሩትን እንደሚቤዥ ሰው በዔዝ ያደረገውን በራሳችሁ ቃላት ጻፉ።

..............................................................................

..............................................................................

..............................................................................

..............................................................................

..............................................................................

..............................................................................

..............................................................................

..............................................................................

..............................................................................

..............................................................................

..............................................................................

..............................................................................

..............................................................................

..............................................................................

..............................................................................

**የሩትን ስዕል ሳሉ።**

Jewish Voice Ministries International

# የሁዳህ

የይሁዳ የዕብራይስጥ ስም የሁዳህ ነው። ይሁዳ የያዕቆብ (እስራኤል) አራተኛ ልጅ ነበር። ዮሴፍን ለባሪያ ነጋዴዎች ለመሸጥ ወንድሞቹን ያሳመነ ይሁዳ ነበር። በኋላም፣ "ወንድሞችህ ይወድሱሃል፤ እጅህም የጠላቶቹን ዐንገት ዐንቆ ይይዛል፤ የአባትህ ልጆች ተደፍተው ይሰግዱልሃል። ይሁዳ እንደ አንበሳ ያደፍጣል፤ በትረ መንግሥት ከይሁዳ እጅ አይወጣም የገዢነት ምርኩዝም ከእግሮቹ መካከል ..." በማለት ያዕቆብ ባርኮታል (ዘፍጥረት 49፥8-10)። በምድረ በዳ እስራኤላውያንን ወደ ተስፋው ምድር የመራ የይሁዳ ነገድ ነበር። ከይሁዳ ነገድ የተነሡ ዝነኛ ሰዎች ካሌብን፣ ዳዊትንና የሹዋን ያካትታሉ።

## የሁዳህ

## יְהוּדָה

**ይሁዳ**

እዚህ ላይ የዕብራይስጥ ቃል አመልክቱ፦

יהודה

יהודה

እዚህ ላይ የዕብራይስጥ ቃል ጻፉ፦

# እንጻፍ!

ከታች ባሉት መስመሮች የይሁዳን ዕብራይስጥ ስም መጻፍ ተለማመዱ።

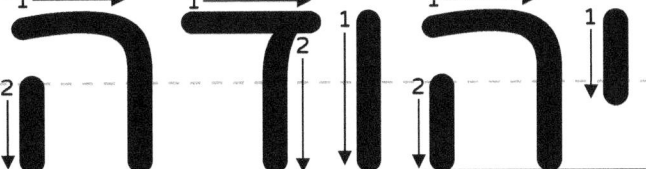

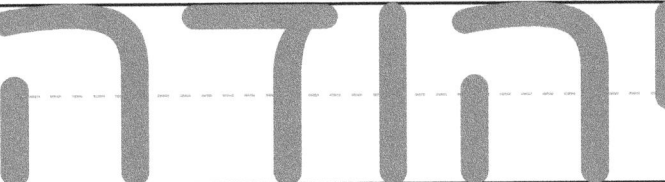

יהודה

יהודה

ይህን በራሳችሁ ሞክሩ፤ ዕብራይስጥ
የሚጻፈው ከቀኝ ወደ ግራ መሆኑን አስታውሱ።

Jewish Voice Ministries International

# ትምህርት አምስት

## በዔዝ ሩትን ተቤዠ፦ ሩት 4፥13-22

### 1. የትምህርቱ ግቦች፦

በዚህ ትምህርት ልጆቹ፦
1. የቦዔዝና የሩት ጋብቻ
2. የንጉሥ ዳዊትን የዘር ሐረግ በተመለከተ ይማራሉ።

### 2. መግቢያ፦

ቀደም ሲል በተማሩበት መሠረት የሚቤዥ ሰው ምን ማለት እንደሆነ እንደሚያስቡ ልጆቹን በመጠየቅ ትምህርቱን ጀምር። የሚሰጡትን ሐሳብ ሰሌዳው ላይ ጻፍ። በመቀጠል የሚቤዥ ሰው ሌሎችን የሚያድን ወይም የሚረዳ፣ ብዙውን ጊዜ እንደ መሲሑ ሌላውን ሰው ነጻ ማድረግን ለመሰለ ትልቅ ችግር መፍትሔ የሚሰጥ ወይም ዋጋ የሚከፍል ሰው መሆኑን አስረዳቸው። ከዚያም፣ ጥቂት ቆም በልና፣ በዔዝ የሚቤዥ ሰው የሆነው እንዴት ነበር? መሲሕ የመጨረሻው የሚቤዥ ሰው የሆነው እንዴት ነበር? እስቲ እንመልከት! በማለት ክፍሉን ጠይቅ።

### 3. ቁልፍ ቃላትን መከለስ፦

- መጋቢ፦
  ምግብ የሚያቀርብ ሰው ወይም፣ ለዕድገትና ለጤንነት የሚያስፈልገውን የሚያሟላ
- መባረክ፦
  ደስ መሰኘት ወይም አመስጋኝ መሆን
- ኢዮቤድ፦
  የሩትና የቦዔዝ ልጅ
- አሳዳጊ፦
  ጥንቃቄ የሚያደርግ፣ የሚመግብ፣ በተለይ ሕፃንን ወይም ታዳጊ ልጅን
- ምስክር፦
  አንድን ሁኔታ በዐይኑ ያየ ወይም የተለማመደ ሰው
- የይሁዳ ነገድ፦
  ከ12 የእስራኤል ነገዶች አንዱ

### 4. የእግዚአብሔርን ቃል እንዲያስታውሱ ልጆቹን ለመርዳት በቃል የሚያዝ ጥቅስ፦

"በዔዝ ሩትን ወሰዳት፤ ሚስቱም ሆነች።" (ሩት 4፥13)

## 5. ሩት 4፥13-22 ወይም ከታች ያለውን የመጽሐፍ ቅዱስ ታሪክ አንብቡ።

በዔዝ ሩትን ለመቤዠት ተስማማ፤ እርሷም ሚስቱ ሆነች። ወንድ ልጅ በመውለድ ተባረኩ፤ በተለይ ለኑኃሚን ታላቅ ደስታ አመጣላት። የሰፈሩ ሴቶች ኑኃሚንን፣ "ዛሬ የሚቤዥ ቅርብ የሥጋ ዘመድ ያላሳጣሽ እግዚአብሔር ይባረክ በመላው እስራኤልም ስሙ ይግነን። ልጁ ሕይወትሽን ያድሳታል፤ በእርጅና ዘመንሽም ይጦርሻል፤ የምትወድሽና ከሰባት ወንዶች ልጆች የምትበልጥብሽ ምራትሽ ወልዳዋለችና" በማለት አብረው ደስ አላቸው። ኑኃሚን አዮቤድ የተባለውን የልጅ ልጇን ተንከባከበች። ኢዮቤድ አደገ፤ በኋላ የንጉሥ ዳዊት አባት የሆነው እሴይን ወለደ። የሩት፣ የኑኃሚንና የበዔዝ ታሪክ የዳዊትና የይሁዳ ነገድ የዘር ሐረግ እንጂ፣ የቤተሰባቸው ብቻ አይደለም። ይህ የዘር ሐረግ የጀመረው ኤስሮምን በወለደው በፋሬስ ሲሆን፣ ኤስሮም አራምን ወለደ፤ እርሱም አሚናዳብን፣ አሚናዳብ ነአሶንን፣ ነአሶን የበዔዝን አባት ሰልሞንን ወለደ፤ በዔዝ የእሴይን አባት ኢዮቤድን ወለደ። እሴይ እንደ እግዚአብሔር ልብ በመባል የሚታወቀውን ታላቁን የእስራኤል ንጉሥ ዳዊትን ወለደ።

## 6. እንከልስ፦

1. የሚናገረው?
2. በዚህ የመጽሐፍ ቅዱስ ምንባብ ዋናዎቹ ገጸ ባሕርያት እነማን ናቸው?
3. በዔዝ ለሩት የነበረው ዝምድና ምንድነው?
4. ታሪኩ ውስጥ ለሩት የሆነላት ትልቅ ነገር ምንድነው?
5. ሩት ባደረገችው የኑኃሚን ሕይወት የተለወጠው እንዴት ነበር?
6. የሩትና የበዔዝ ልጅ ማን ነበር?
7. የዳዊት ቤተሰብ ሐረግ ከዚህ ታሪክ ጋር የሚያያዘው እነዴት ነው?
8. በዔዝ፣ እሴይና ዳዊት ከየትኛው የእስራኤል ነገድ ናቸው?

## 7. የሚደረጉ ነገሮች፦

* አጭር የመጽሐፍ ቅዱስ ጥያቄ፦ በዔዝ ሩትን አገባ
* ከለር መቀባት፦ ሩትና በዔዝ ተጋቡ
* መሥሪያ ገጽ፦ የዕብራውያን ሠርግ
* መሥሪያ ገጽ፦ የበዔዝንና የሩትን ሠርግ ልብስ ንድፍ መሥራት
* ጋዜጣ መሥሪያ ገጽ፦ በዔዝ ሩትን ተቤዠ!
* መሥሪያ ገጽ፦ የበዔዝ ቤተሰብ ሐረግሩ
* መሥሪያ ገጽ፦ ቃሉ ምን ይላል?
* የፈጠራ ጽሑፍ፦ የሩት ታሪክ

© BPA Publishing Ltd 2024

Jewish Voice Ministries International

# ቦዔዝ ሩትን አገባ

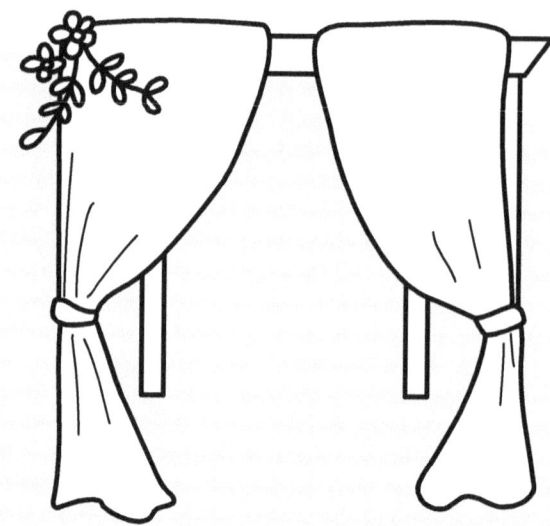

ሩት 4፥13-22 አንብቡ። ከዚህ በታች ላሉት ጥያቄዎች መልስ ስጡ።

1. ቦዔዝ በከተማው በር ያገኘው ማንን ነበር?
2. ቦዔዝ 10 ሽማግሌዎችንና የቅርብ የሥጋ ዘመድ የሆነውን ሰው የጠራው ለምንድነው?
3. የቅርብ የሥጋ ዘመድ ከሆነው ሰው ጋር ቦዔዝ የተነጋገረው ሁለት ነገሮች ምንድናቸው?
4. የኑኃሚንን ርስት የመቤዠት መብቱን መስጠቱን ለማሳየት ቅርብ የሥጋ ዘመድ የሆነው ሰው ምን ነበር ያደረገው።
5. ይህን ካደረገ በኋላ፣ ቦዔዝ ለሽማግሌዎቹና ለሕዝቡ ሁሉ የተናገረው ምንድነው?
6. ቦዔዝ ያገባው ማንን ነው?
7. ለቦዔዝና ለሩት የተወለደው ልጅ ማን ነበር?
8. የሰፈሩ ሰዎች ምን በማለት ነበር ኑኃሚንን የባረኳት?
9. የቦዔዝና የሩት ልጅ ከንጉሥ ዳዊት ጋር ያለው ግንኙነት ፋይዳ ምንድነው?
10. የመጽሐፈ ሩት ዐቢይ ሐሳብ ምንድነው?

# ቦዔዝና ሩት ተጋቡ

"ቦዔዝ ሩትን ወሰዳት፤ ሚስቱም ሆነች።" (ሩት 4፥13) ቦዔዝና ሩት በጥንት እስራኤል ቹፓት ሥር ሆነው ስዕል ሳሉ።

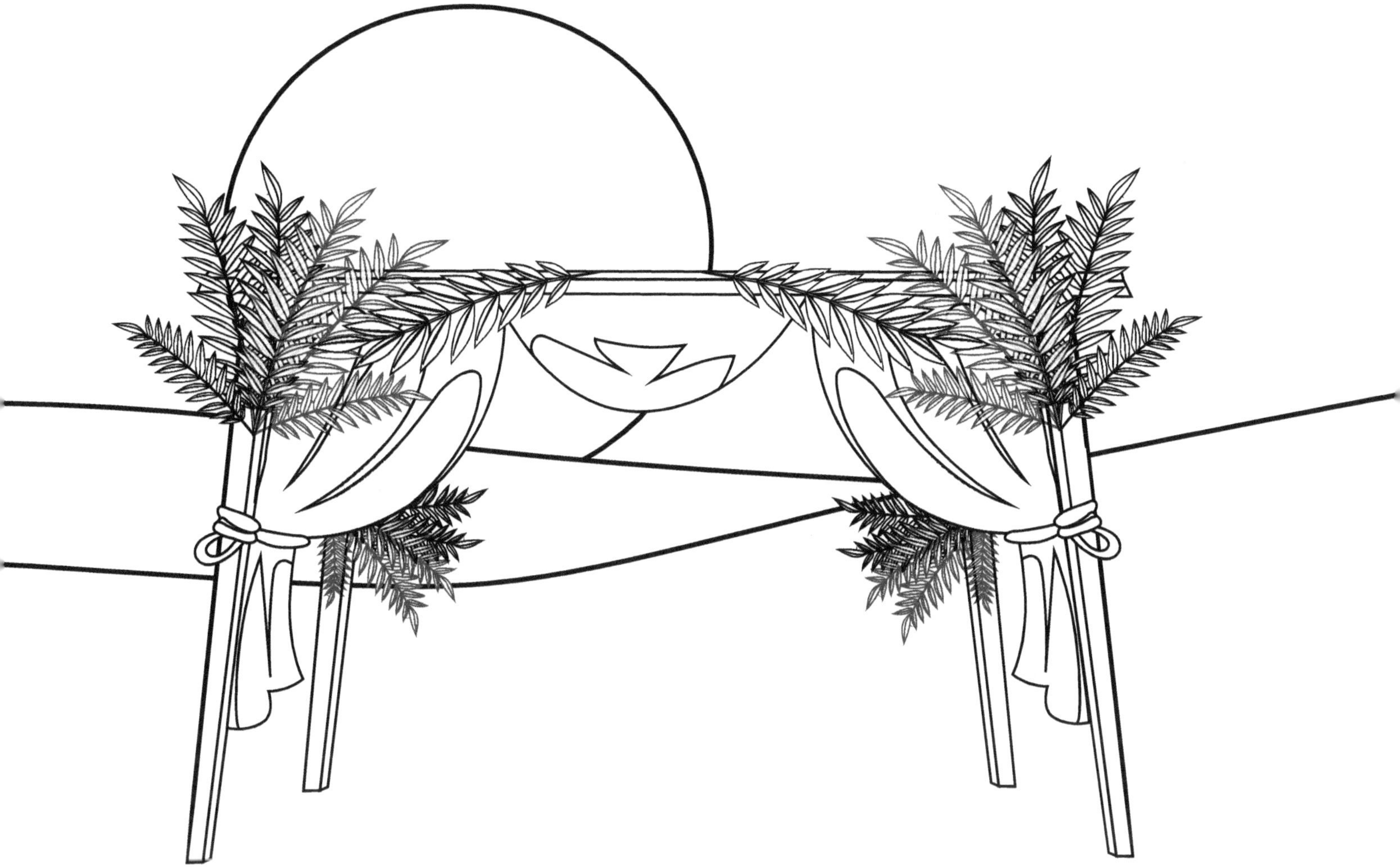

# የዕብራውያን ሠርግ

የጥንት ዕብራውያን ሠርግ ከዘመኑ ምዕራባውያን ሠርግ የተለያየ ነበር። መጽሐፍ ቅዱስ ስለ ሩትና ቦዔዝ ሠርግ ሥርዓት አይናገርም፤ ነገር ግን የተለመደውን የዕብራውያን ሠርግ ሥርዓት የተከተለ ሊሆን ይችላል። ይህም ግብዣ ማድረግን፣ መባረክን፣ እና ሙሽራውን በማጀብ ወደ ሙሽሪት ቤት መሄድን ያካተተ ሊሆን ይችላል።

በጥንት ዕብራውያን ባሕል ብዙውን ጊዜ ለልጁ ሙሽራ የሚመርጥለት አባት ነበር። የሙሽራውና የሙሽሪት አባቶች በዋጋ ይስማማሉ፤ ኬቱባ የተሰኘ ውል ሰነድ ላይ ይፈራረማሉ። ኬቱባ ከተፈራረሙ በኋላ ሙሽራና ሙሽሪት እንደ ባልና ሚስት ይቆጠራሉ። ይሁን እንጂ፣ ለሌላ አንድ ዓመት ያህል አብረው አይኖሩም። በዚህ ጊዜ ውስጥ መለያየት ከፈለጉ፣ መፋታተት ይኖርባቸዋል፤ ሙሽራው የከፈለውን ገንዘብ ይከስራል። የሙሽራው አባት ትክክለኛው ጊዜ መድረሱን ሲረዳ ሰባት ቀን ለሚወስደው የሠርግ ግብዣ ሙሽራዋን እንዲያመጣ ለሙሽራው ይነግረዋል። ኒሱይን በመባል የሚታወቀው የመጨረሻው እርምጃ የሠርጉ ማብቂያ ይሆናል።

የሩትና የቦዔዝ ጋብቻ በከተማው በር ሽማግሌዎች የተመለከቱትን ሕዝብ ፊት የተደረገ ውል ነበረበት። ይህ በጥንት እስራኤል የተለመደ ነበር - የከተማው በር ሕጋዊ ውሎች፣ ዐዋጆችና ስምምነቶች የሚደረጉበት ቦታ ነበር። የሚቤዠውን ቅርብ ሥጋ ዘመድ በማነጋገር፣ ሩትን በማግባት ቦዔዝ የሚጠበቅበትን ግዴታ ፈጸመ።

**ሩት 4፥1-22 እና ከላይ ያለውን መጣጥፍ አንብቡ። ለጥያቄዎቹ መልስ ስጡ።**

1. በጥንት ዕብራውያን ሠርግ እና በዚህ ዘመን ሠርግ መካከል ዋና ዋናዎቹ ልዩነቶች ምንድናቸው
2. በሠርግ ውስጥ ኬቱባ አስፈላጊ የሆነው ለምንድነው? ያንን ሲፈርሙ ለሙሽራና ለሙሽሪት ምን ማለት ነበር?
3. በሩትና በቦዔዝ ጋብቻ የከተማ በር የነበረው ድርሻ ምንድነው?

# እንጋባ!

በዔዝ የኑኃሚን ምራት የነበረችው ሩትን ለማግባት ተስማማ (ሩት 4፥12)። በእስራኤል ምድር ጥንታዊ የዕብራውያን ሠርግ ላይ ምርምር አድርጉ። የሙሽራና የሙሽሪት ሠርግ ልብስ ንድፍ ሥሩ።

Jewish Voice Ministries International

የእስራኤል ምድር

# የቤተልሔም ዘመን

የመጀመሪያው ክፍለ ዘመን | ቤተልሔም | የመጽሐፍ ቅዱስ ታሪክ ሕትመት

## የስንዴ መከር መመዝገብ

..............................................

..............................................

..............................................

..............................................

..............................................

..............................................

## የሚሸጥ ነጠላ ጫማ

## ቦዔዝ ሩትን ተቤዠ!

..............................................

..............................................

..............................................

..............................................

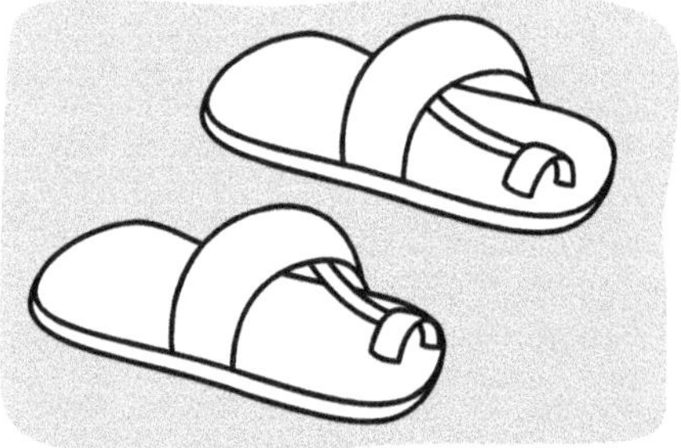

# የቦዔዝ ቤተሰብ ሐረግ

መመሪያ፦ ሩት 1-4፤ 1 ሳሙኤል 16-17 1 ዜና መዋዕል 2 አንብቡ። የቦዔዝን ቤተሰብ ሐረግ አሟሉ።

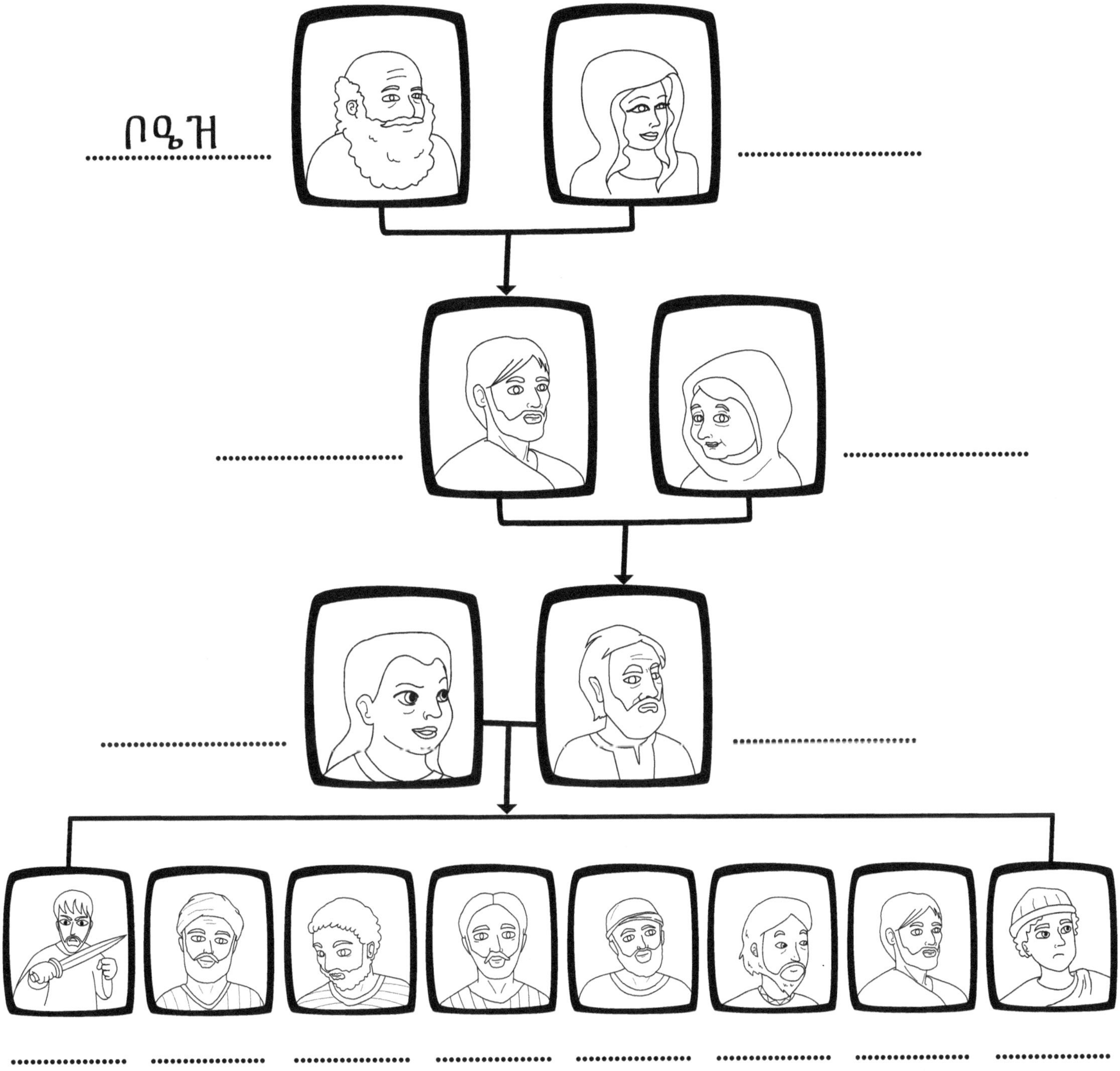

ቦዔዝ
................

................                    ................

................                    ................

................  ................  ................  ................  ................  ................  ................  ................

# ቃሉ ምን ይላል?

ሩት 4፥13-17 አንብቡ። የመጽሐፍ ቅዱስ ምንባቡን የተሟላ ለማድረግ ከታች ባሉት ቃላት ባዶ ቦታውን ሙሉ።

| | | | | |
|---|---|---|---|---|
| ወንድ ልጅ | ሴቶች | ዳዊት | እሴይ | ሰባት |
| ሩት | የሚቤዥ | ኑኃሚን | ኢዮቤድ | እስራኤል |

<< ቦዔዝ ................ ወሰዳት ሚስቱም ሆነች። ከዚያም ወደ እርሷ ገባ፤ እግዚአብሔር እንድትፀንስ አደረጋት ወንድ ልጅም ወለደች። ................ ኑኃሚን፣ "ዛሬ ................ ቅርብ የሥጋ ዘመድ ያላሳጣሽ እግዚአብሔር ይባረክ፤ በመላው ................ ስሙ ይግነን ልጁ ሕይወትሽን ያድሳታል፤ በእርጅና ዘመንሽም ይጦርሻል፤ የምትወድሽና ................ ወንዶች ልጆች የምትበልጥብሽ ምራትሽ ወልደዋለችና።" በማለት ባረኳት። ከዚያም ኑኃሚን ሕፃኑን ተቀብላ ታቀፈችው፤ ሞግዚትም ሆነችው። ጐረቤቶቿ የሆኑ ሴቶችም፣ "ለኑኃሚን ................ ................ተወለደላት" አሉ። ስሙንም ኢዮቤድ ብለው ጠሩት፤ እርሱም ................ አባት ................ አባት ነበር። >>

# ቃሉ ምን ይላል?

የሩትን ታሪክ አንብቡ (ሩት 1-4-22)፡፡ ከታቸ ባሉት ቃሎች በመጠቀም በራሳችሁ ቃላት ታሪኩን እንደገና ጻፉ፡፡

| | |
|---|---|
| ሩት | የሚቤዥ |
| ቦዔዝ | ኑኃሚን |
| የእህል ዐውድማ | ቤተልሔም |

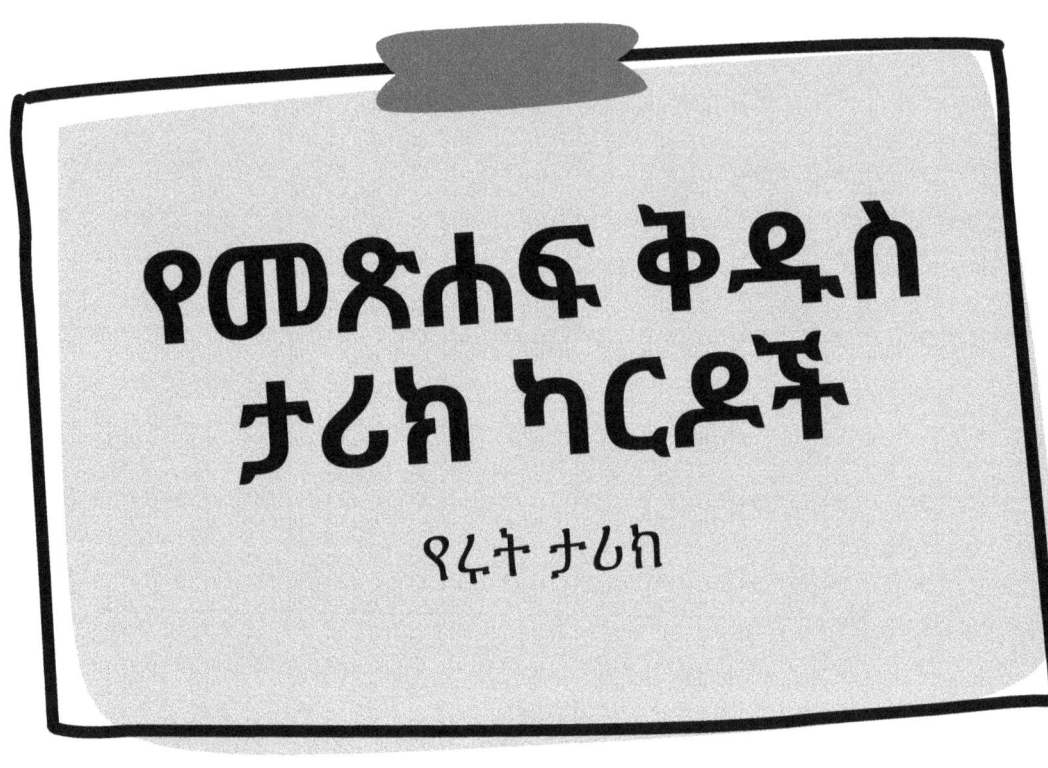

# የመጽሐፍ ቅዱስ ታሪክ ካርዶች

## የሩት ታሪክ

Jewish Voice Ministries International

## በይሁዳ የነበረ ራብ

መሳፍንት በሚገዙበት ዘመን በምድሪቱ ራብ ሆነ፤ አንድ ሰው በይሁዳ ከምትገኘው ቤተልሔም ሚስቱንና ሁለቱን ወንድ ልጆቹን ይዞ ለተወሰነ ጊዜ ለመኖር ወደ ሞዓብ ሄደ። የሰውየው ስም አቢሜሌክ፣ የሚስቱ ኑኃሚን የሁለቱም ወንዶች ልጆቹ ስሞች መሐሎንና ኬሌዎን ነበሩ። እነርሱም የይሁዳ ቤተልሔም ኤፍራታውያን ነበሩ።

**ሩት 1፥1-2**

ሩት 1፥1-2

## ኑኃሚን ባልዋ የሞተባት ሴት

የኑኃሚን ባል አቢሜሌክ ሞተ፤ እርሷ ከሁለት ልጆቿ ጋር ብቻዋን ቀረች። ሁለቱም ሞዓባውያን ሚስቶች ነበር ያገቡት፤ የመጀመርያዋ ስም ዖርፋ ሲሆን፣ የሌላዋ ስም ሩት ነበር። እዚያ ዐሥር ዓመት ያህል ኖሩ፤ መሐሎንና ኬሌዎን ሞቱ፤ ስለዚህ ሴትዮዋ ሁለት ወንዶች ልጆቸዋንና ባልዋን አጣች።

**ሩት 1፥3-5**

ሩት 1፥1-5

## ኑኃሚን ወሰነች

እርሷም በሞዓብ ሳለች እግዚአብሔር ሕዝቡን እንደጐበኘና እህል እንደ ሰጣቸው በሰማች ጊዜ ሁለቱን ምራቶቿን ይዛ ወደ አገርዋ ለመመለስ ከዚያ ተነሣች። የኖረችበትን ስፍራ ትታ ከሁለቱ ምራቶቿ ጋር ወደ ይሁዳ ምድር የሚመልሳቸውን መንገድ ይዘው ጕዞአቸውን ቀጠሉ። ኑኃሚን ሁለቱን ምራቶቿን እንዲህ አለቻቸው፤ "እያንዳንዳችሁ ወደ እናቶቻችሁ ቤት ተመለሱ፤ ለሞቱ ባሎቻችሁና ለእኔ በጐ ነገር እንዳደረጋችሁ፣ ለእናንተም እግዚአብሔር እንደዚሁ ያድርግላችሁ አላቻቸው።"

**ሩት 1፥6-9**

ሩት 1፥6-14

## የሩት ታማኝነት

ሩት ግን እንዲህ አለች፤ "ተለይቼሽ እንድቀር ወይም እንድመለስ አትለማመጪኝ ወደምትሄጅበት እሄዳለሁ፤ በምትኖሪበትም እኖራለሁ፤ ሕዝብሽ ሕዝቤ አምላክሽ አምላኬ ይሆናል። በምትሞቺበት እሞታለሁ፤ እዚያው እቀበራለሁ።"

**ሩት 1፥16-17**

ሩት 1፥15-18

Jewish Voice Ministries International

## ወደ ቤተልሔም መመለስ

ኑኃሚንና ሩት ቤተልሔም ሲደርሱ በእነርሱ ምክንያት ከተማው በሙሉ ተተረመማመሰ፤ ሴቶቹም፣ "ይህቺ ኑኃሚን ናትን?" አሉ። እርሷም እንዲህ አለች፤ "ሁሉን የሚችል አምላክ ሕይወቴን እጅግ መራራ አድርጎታልና ማራ በሉኝ እንጂ ኑኃሚን ብላችሁ አትጥሩኝ። በሙላት ወጣሁ፤ ነገር ግን እግዚአብሔር ባዶዬን መለሰኝ፤ እግዚአብሔር አስጨንቆኝ፣ ሁሉን የሚችል አምላክ መከራ አምጥቶብኝ ሳለ እንዴት ኑኃሚን ብላችሁ ትጠሩኛላችሁ?" አለቻቸው።

**ሩት 1፥19-21**

ሩት 1፥19-21

## ሩት በቦዔዝ እርሻ ቃረመች

ሩትም ኑኃሚንን፣ "በፊቱ ሞገስ አገኛቼ ቃርሚያ የሚያስቃርመኝ ሰው ባገኝ እስቲ ወደ እህል አዝመራው ልሂድ" አለቻት። እርሷም፣ "ልጄ ሆይ፣ ይሁን ሂጂ" አለቻት። ስለዚህ ሩት ወጣች ከአጫጆች ኋላ ኋላ እየተከተለችም ከአዝመራው ቦታ ትቃርም ጀመር፤ እንዳጋጣሚ ትቃርምበት የነበረው አዝመራ ከአቢሜሌክ ጐሣ የሆነው የቦዔዝ ነበር።

ሩት 2፥2-3

ሩት 2፥1-7

## የቦዔዝ ደግነት

ቦዔዝ ሩትን እንዲህ አላት፣ "ልጄ ሆይ ስሚኝ፣ ከእንግዲህ ወደ ሌላ አዝመራ ሄደሽ አትቃርሚ፤ ከዚህም አትራቂ ከሴቶች ልጆቼ ጋር እዚሁ ሁኚ። ወንዶቹ የሚያጭዱበትን ዕርሻ ልብ እያልሽ ልጃገረዶቹን ተከተዩ፤ ወንዶቹ እንዳያስቸግሩሽም አስጠንቅቄአቸዋለሁ፤ ውሃ ሲጠማሽ ደግሞ፣ እየሄድሽ ወንዶቹ ሞልተው ካስቀመጡት እንስራ ቀድተሽ ጠጪ"

**ሩት 2፥8-9**

ሩት 2፥8-10

## የኑኃሚን ዕቅድ

ኑኃሚን ሩትን እንዲህ አለቻት፤ "ልጄ ሆይ፣ የሚመችሽን ቤት እንድፈልግልሽ አይገባኝምን? ከሴቶቹ ሠራተኞች ጋር አብረሽ የነበርሽበት ቦዔዝ ዘመዳችን አይደለምን? ዛሬ ማታ በዐውድማው ገብስ ያበራያል፤ ተጣጠቢ፣ሽቶ ተቀቢ፣ እንዲሁም የክት ልብስሽን ልበሺ፣ ከዚያም ወደ ዐውድማው ውረጂ፤ ይሁን እንጂ፣ በልቶና ጠጥቶ እስኪያበቃ ድረስ እዚያ መሆንሽን ማንም እንዳያውቅ ይሁን። በተኛም ጊዜ፣ የሚተኛበትን ቦታ ልብ ብለሽ እይና ሂደሽ እግሩን ገልጠሽ ተኚ።"

**ሩት 3፥1-4**

ሩት 3፥1-5

© BPA Publishing Ltd 2024

## ሩት ያቀረበችው ሐሳብ

ሩት ተነሥታ ወደ ዐውድማው ወረደች፤ አማቷ አድርጊ ያለቻትንም ሁሉ አደረገች። ቦዔዝ በልቶ ጠጥቶ ከጨረሰና ደስም ከተሰኘ በኋላ ራቅ ካለው የእህል ክምር አጠገብ ለመተኛት ሄደ። ሩት በቀስታ ከአጠገቡ ደረሰች፤ እግሩንም ገልጣ ተኛች። እኩለ ሌሊት ላይ ሰውየውን አንዳች ነገር አስደነገጠው፤ ገልበጥ ሲልም አንዲት ሴት እግርጌው ተኝታ አገኘ!፤ "አንቺ ማነሽ?" ሲል ጠየቀ። እርሷም፣ "እኔ አገልጋይህ ሩት ነኝ፤ መቤዠት የሚገባህ ቅርብ የሥጋ ዘመድ አንተ ነህና ልብስህን ጣል አድርግብኝ" አለችው።

**ሩት 3፥6-9**

ሩት 3፥6-9

## የእህል ዐውድማ

ቦዔዝ እንዲህ አላት፣ "ልጄ ሆይ፣ እግዚአብሔር ይባርክሽ፤ ከዚህ በፊት ካደረግሽው ይልቅ ያሁኑ በጐነትሽ ይበልጣል፤ ባለጠጋም ሆነ ደኻ፣ ወጣት ወንድ ፈልገሽ አልሄድሽምና። አሁንም ልጄ ሆይ፣ አትፍሪ የምትጠይቂውን ሁሉ አደርግልሻለሁ፤ አንቺ ምግባረ መልካም ሴት መሆንሽንም የአገሬ ሰው ሁሉ ያውቀዋል። ምንም እንኳ እኔ ቅርብ የሥጋ ዘመድ መሆኔ የተረጋገጠ ቢሆንም፤ ከእኔ ይልቅ መቤዠት የሚገባው ቅርብ የሥጋ ዘመድ አለ። ከዚህ ዕደሪ፤ ሲነጋም ሰውየው ሊቤዥሽ ከፈለገ መልካም ነው ይቤዥሽ፤ የማይፈልግ ከሆነ ግን በሕያው እግዚአብሔር እምላለሁ እኔ እቤዥሻለሁ።"

**ሩት 3፥10-13**

ሩት 3፥10-17

## የከተማ በር

ቦዔዝ ከከተማዩቱ 10 ሩን ጠርቶ፣ "እዚህ ተቀመጡ" አላቸው፤ እነርሱም ተቀመጡ ከዚያም የመቤዠት ቅድሚያ ያለውን ቅርብ የሥጋ ዘመድ እንዲህ አለው፤ "ከሞዓብ የተመለሰችው ኑኃሚን የወንድማችንን የአቢሜሌክን ጢንጦ(ርስት) መሬት ልትሸጥ ነው። አንተም ይህኑ ጉዳይ ማወቅ አለብህ ብዬ ስላሰብሁ፣ አሁንም እዚህ በተቀመጡትና በሕዝቤም ሽማግሌዎች ፊት እንድትገዛው ላሳስብህ መረጥሁ፤ አሁንም ራስህ የምትቤዠው ከሆነ ልትቤዠው ትችላለህ፤ ለዚህ ከአንተ ቅድሚያ የሚኖረው የለም፤ ይህን የማታደርግ ከሆነ ግን ከአንተ ቀጥሎ የሚገባኝ ስለሆንሁ ንገረኝና ልወቀው።"

**ሩት 4፥2-4**

ሩት 4፥1-12

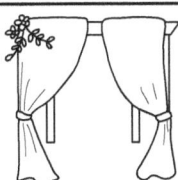

## ቦዔዝ ሩትን ተቤዠ

ቦዔዝ ሩትን ወሰዳት ሚስቱም ሆነች። ከዚያም ወደ እርሷ ገባ፤ እግዚአብሔር እንድትፀንስ አደረጋት ወንድ ልጅም ወለደች። ሴቶቹም ኑኃሚንን እንዲህ አሏት፤ "ዛሬ የሚቤዥሽ ቅርብ የሥጋ ዘመድ ያላሳጣሽ እግዚአብሔር ይባረክ፤ በመላው እስራኤልም ስሙ ይግነን!"

**ሩት 4፥13-14**

ሩት 4፥13-22


© BPA Publishing Ltd 2024

Jewish Voice Ministries International

# መልሶቹ

### ትምህርት አንድ፦ አዲስ ጅማሬ

**እንከልስ፦**

1. የዛሬው ታሪክ በራብ ምክንያት ከቤተልሔም ወደ ሞዓብ ስለ ሄዱ ቤተሰቦችና ቤተሰቦቻቸው በሞት ከተለዩዋቸው በኋላ ስለ ገጠማቸው መከራ ነው።
2. ከራቡ በፊት አቢሜሌክና ቤተሰቡ በቤተልሔም ነበር የሚኖሩት።
3. በምድሪቱ የሆነው ራብ አቢሜሌክና ቤተሰቡ ወደ ሞዓብ አገር እንዲሄዱ አደረገ።
4. የአቢሜሌክ ሚስት ኑኃሚን ነበረች፤ የሁለት ልጆቻቸው ስም መሐሎንና ኬሌዎን ነው።
5. የኑኃሚን ባል አቢሜሌክ በሞዓብ አገር ሞተ።
6. መሐሎንና ኬሌዎን ዖርፋ እና ሩት የተባሉ ሞዓባውያን ሴቶች አገቡ።
7. በዚያ በቂ ምግብ መኖሩን ስለሰማች ኑኃሚን ወደ ቤተልሔም ለመመለስ ወሰነች።
8. ዖርፋና ሩት በሞዓብ እንዲቀሩና ባሎች እንዲያገቡ ሩት ነገረቻቸው

### አጭር የመጽሐፍ ቅዱስ ጥያቄ፦ የሩትን ታማኝነት መረዳት

1. አቢሜሌክና ቤተሰቡ መጀመሪያ የሚኖሩት በቤተልሔም ነበር
2. አቢሜሌክና ቤተሰቡ ወደ ሞዓብ የሄዱት በራብ ምክንያት ነበር
3. አቢሜሌክ ኑኃሚንን አገባ
4. የኑኃሚንና የአቢሜሌክ ሁለት ልጆች መሐሎንና ኬሌዎን ነበሩ
5. መሐሎንና ኬሌዎን ዖርፋና ሩት የሚባሉ ሞዓባውያን ሴቶች አገቡ
6. ኑኃሚን በሞዓብ ዐሥር ዓመት ኖረች
7. አቢሜሌክ በሞዓብ ሞተ
8. ራቡ ስላበቃ ኑኃሚን ወደ ቤተልሔም መመለስ ወሰነች
9. ሩት ኑኃሚንን፣ "ወደምትሄጂበት እሄዳለሁ፤ በምትኖሪበት እኖራለሁ፤ ሕዝብሽ ሕዝቤ፣ አምላክሽ አምላኬ ይሆናል" አለቻት።

### መሥሪያ ገጽ፦ የሩት ታማኝነት

1. ታማኝ ስለ ነበረችና ለኑኃሚን ጥንቃቄ ማድረግ ስለ ፈለገች ሩት ከእርሷ ጋር ኖረች፤ የኑኃሚንን ሕዝብና አምላክ እንደ ራሷ ተቀበለች
2. የሚያገቧቸው ልጆች እንደሌሏት በመናገር ልታሳምናቸው ሞከረች፤ የተሻለ የወደ ፊት ሕይወት እንዲኖራቸው እንዲመለሱ አጥብቃ ነገረቻቸው።
3. ኑኃሚን ወደምትሄድበት እንደምትሄድ፣ እርሷ በምትኖርበት እንደምትኖርና፣ ሕዝቧንና አምላኳን እንደምትቀበል፣ እስከ ሞት ድረስ አብራት እንደምትሆን ሩት ቃል ገባች።

### መሥሪያ ገጽ፦ በምድሪቱ የነበሩ መሳፍንት

1. መጽሐፍ ቅዱስ ውስጥ መሳፍንት የእስራኤልን ሕዝብ የሚገዙ ነበሩ። በዚህ ዘመን እንዳሉ መሳፍንት (ዳኞች) በፍርድ ቤት የሕግ ጉዳዮችን የሚዳኙ ሳይሆን፣ እነዚያ መሳፍንት ብዙውን ጊዜ በጦርነት ጊዜ ሕዝቡን የሚመሩ፣ መንፈሳዊና ግብረ ገባዊ መመሪያዎች የሚሰጡ መሪዎች ነበሩ።
2. በመሳፍንት ዘመን አሠራሩ በአዙሪት ነበር፦ እስራኤላውያን ከእምነታቸው ሲወጡ ፍልስጤማውያንን በመሰለ ጐረቤት ሕዝብ ጭቆና ይደርስባቸው ነበር። ከዚያም የሚያድኗቸውና ሰላም የሚመልሱላቸው መሳፍንት እግዚአብሔር ይሾምላቸው ነበር። ያ መስፍን ከሞተ በኋላ፣ ብዙ ጊዜ አዙሪቱ ይደገማል።
3. ዲቦራ ነቢይና ከመሳፍንቶቹ አንዷ ነበረች። በአስተዋይነትና በድፍረት ትታወቃለች። የመጨረሻው የእስራኤል መስፍን ሳሙኤል የመጀመሪያ የእስራኤል ንጉሦች ሳኦልና ዳዊትን በመቀባቱ በጣም ዝነኛ ነበር። የተከበረ ነቢይና ካህን፣ የእስራኤልን ሕዝብ የሚመራና የእግዚአብሔርን መልእክት የሚያቀርብ ነበር።

### የካርታ ሥራ፦ ጕዞ ወደ ሞዓብ

1. በቤተልሔም ራብ ስለ ነበር አቢሜሌክ ቤተሰቡን ይዞ ወደ ሞዓብ አገር ሄደ
2. የአቢሜሌክ ሚስት ኑኃሚን ነበረች
3. ወደ ሞዓብ አገር ከሄደ በኋላ አቢሜሌክ ሞተ
4. በሞዓብ መሐሎንና ኬሌዎን የተባሉ የአቢሜሌክ ልጆች ሁለቱንም ዖርፋና ሩት የሚባሉ ሞዓባውያን ሴቶች አገቡ፤ በኋላ ሁለቱም ሞቱ

### መሥሪያ ገጽ፦ ቃሉ ምን ይላል?

ኑኃሚን እንዲህ አለቻቸው፤ "ልጆቼ ሆይ ወደየቤታችሁ ተመለሱ፤ ከእኔ ጋር ለምን ትሄዳላችሁ? ባል የሚሆኗችሁ ሌሎች ልጆች ከእንግዲህ የምወልድ ይመስላችኋልን? ወደየቤታችሁ ተመለሱ ልጆቼ ሌላ ባል እንዳላገባ እጅግ አርጅቻለሁ፤ አሁንም ተስፋ አለኝ ብል፣ ዛሬ ማታ አግብቼ ከዚያም ልጆች ብወልድ፣ እስኪያድጉ ድረስ ትጠብቃላችሁን? እነርሱን በመጠበቅ እስከዚያ ሳታገቡ ትቈያላችሁን? ልጆቼ ሆይ፣ እንዲህ አይሆንም፤ ሁኔታው ከእናንተ ይልቅ ለእኔ እጅግ መራራ ነው፤ የእግዚአብሔር እጅ በእኔ ላይ ወጥቶአልና።" እነርሱም ድምፃቸውን ከፍ አድርገው እንደገና አለቀሱ፤ ከዚያም ዖርፋ አማቷን ስማ ተሰናበተቻት፤ ሩት ግን ልትለያት ስላልፈለገች ተጠመጠመችባት። ኑኃሚን መልሳ፣ "እነሆ፣ የባልሽ ወንድም ሚስት ወደ ወገኖቿና ወደ አማልክቷ ተመልሳለች፤ አብረሻት ተመለሽ አለቻት።" ሩት ግን እንዲህ አለች፤ "ተለይቼሽ እንድቀር ወይም እንድመለስ አትለማመጪኝ፣ ወደምትሄጂበት እሄዳለሁ፤ በምትኖሪበትም እኖራለሁ፤ ሕዝብሽ ሕዝቤ፣ አምላክሽ አምላኬ

ይሆናል፤ በምትሞቺበት እሞታለሁ፤ እዚያው እቀበራለሁ። ከእንግዲህ ሞት ከሚለየን በቀር ብለይሽ እግዚአብሔር ይፍረድብኝ፤ ከዚያም የከፋ ያድርግብኝ።" ሩት አብራት ለመሄድ መቁረጧን በተረዳች ጊዜ ኑኃሚን መጐትጐቷን ተወች።

## ትምህርት ሁለት፦ ሩት በቦዔዝ ዕርሻ

### እንከልስ፦

1. የዛሬው ታሪክ ራስዋንና አማቷ ኑኃሚንን ለመርዳት ለመቃረም ወደ እርሻ ስለ ሄደቸው ስለ ሩት ነው፤ ቸርነት ካደረገላት ከቦዔዝ ጋር እንዴት እንደ ተገናኘችም ይናገራል
2. በዚህ የመጽሐፍ ቅዱስ ምንባብ ዋናዎቹ ገጸ ባሕርያት ሩት፣ ኑኃሚንና ቦዔዝ ናቸው
3. ሩት የመጣቸው ከሞዓብ ነበር፤ በአማትዋ በኑኃሚን ትውልድ አገር ትኖር ነበር
4. ለራሷና ለኑኃሚን ትርፍራፊ እህል ለመሰብሰብ ሩት ወደ እርሻዎች ሄደች
5. ቦዔዝ የሞተው የኑኃሚን ባል የአቢሜሌክ ዘመድ ነበር፤ በማኅበረሰቡ የተከበረ ሰው ነበር
6. በእርሻው እህል እንድትሰበስብ በመፍቀድ ለእርሷ ተጨማሪ እህል እንዲተዉላት ለሠራተኞቹ በመናገርና ከእነርሱ ጋር አብራ እንድትበላ በማድረግ ቦዔዝ ሩትን ረዳት
7. ሩት ገብስና እርሻው ውስጥ ከተመገበቸው ትርፍራፊ ምግብ ለኑኃሚን አመጣችላት
8. ምንም ችግር ስላልነበረባትና ቦዔዝ ለእርሷ ካደረገው ቸርነት የተነሣ በዔዝ እርሻ ውስጥ መሥራቷን እንድትቀጥል ኑኃሚን ለሩት ነገረቻት

### አጭር የመጽሐፍ ቅዱስ ጥያቄ፦ ቦዔዝ

1. ቦዔዝ የሞተው የኑኃሚን ባል የአቢሜሌክ ዘመድ ነበር
2. ሩት በቦዔዝ እርሻ ትቃርም ነበር፤ ይህም ሠራተኞቹ ካጨዱ በኋላ ትተው የሄዱትን ትርፍራፊ እህል ትሰበስብ ነበር ማለት ነው
3. ለራሷና ለኑኃሚን ምግብ ለማግኘት ሩት በቦዔዝ እርሻ ነበረች
4. ቦዔዝ ሩትን መጀመሪያ ሲያያት ማን እንደሆነች ጠየቀ፤ በመልካም ሁኔታ አነጋገራት
5. ሩት እርሻ ውስጥ እንድትቃርምና ተጨማሪ እህል እንዲተዉላት ቦዔዝ ለሠራተኞቹ ነገረ
6. ሩት ቦዔዝን አመስግነች ባይተዋር ለሆነቸው ለእርሷ ለምን ያን ያህል ቸርነት እንዳደረገላት ተገረመች
7. ሠራተኞቹ ከቀዱት ውሃ እንድትጠጣና በነጻነት እርሻ ውስጥ እንድትቃርም ቦዔዝ ለሩት ፈቀደ
8. የቃረመቸውን ብዙ ገብስና ከቦዔዝ ሠራተኞች ጋር ምሳ ስትበላ የተረፉትን ምግብ ሩት ወደ ቤት አመጣች
9. ሩት በዔዝ እርሻ ውስጥ ስለነበረች ኑኃሚን ደስ አላት፤ ተደነቀች
10. ቦዔዝ ደግ ሰው መሆኑን ስለምታውቅና ሊረዳት ስለሚችል በዔዝ እርሻ ውስጥ መሥራት እንድትቀጥል ኑኃሚን ለሩት ተናገረች

### *መሥሪያ ገጽ፦ መቃረም ምንድነው?*

1. በጥንት እስራኤል መቃረም ይደረግ የነበረው ደሃ አደጎችን፣ መበለቶችንና ባይተዋር ሰዎችን (የሌላ አገር ሰዎች) ጨምሮ ድሆች ምግብ እንዲያገኙ ለመርዳት ነው። ከአጫጆች ኋላ ኋላ እየሄዱ የተረፈውን እህል ወይም እርሻ ውስጥ የወደቁ ፍሬዎች ለመሰብሰብ ይፈቀድላቸዋል።
2. የመቃረሙን ሥራ ቀላል እንዲያደርጉላት ለሠራተኞቹ መመሪያ በመስጠት ቦዔዝ ለሩት ቸርነት አደረገላት። ሆን ብለው ተጨማሪ እህል እንዲተዉላትና እርሻ ውስጥ ገብታ ብትቃርም እንኳ ከፉ እንዳይናገሯት ቦዔዝ ነገራቸው። ከታሰረው ነዶ ላይ ጥቂት ጥቂቱን ዘለላ እየመዘዙ በመጣል እንድትሰበስብም ነግሯቸው ነበር።

### *መሥሪያ ገጽ፦ በእስራኤል የአዝመራ ወቅት*

1. ስንዴና ገብስ ለማጨድ ገበሬዎች በማጭድ ይጠቀሙ ነበር
2. ዐውድማው ላይ ባለው እህል በሬዎች ይረማመዱበታል፤ ይህም እህሉን ከገለባ ለመለየት ይረዳል
3. ከባድ የሆነውን ስንዴ ቀላል ከሆነው ገለባ ለመለየት ገበሬዎች ስንዴውን ወደ ላይ ይበትኑታል፤ ይህም ማበራየት ይባላል።

*መሥሪያ ገጽ፦ ጥቅሶቹን ማዛመድ*

"ሩት ኑኃሚንን፣ "በፊቱ ሞገስ አግኝቼ ቃርሚያ የሚያስቃርመኝ ሰው ባገኝ እስቲ ወደ እህል አዝመራው ልሂድ አለቻት።" (ሩት 2፡2)

"ወደ መሬት ዝቅ ብላ እጅ ነሣቸው እርሷም፣ "ባይተዋር የሆንሁት እኔን ታስበኝ ዘንድ በፍትህ ሞገስ ለማግኘት የበቃሁት እንዴት ነው? አለቻው" (ሩት 2፡10)

"ለመቃረም ስትነሣ ቦዔዝ ጐበዛዝቱን እንዲህ አላቸው፤ "በነዶው መካከል እንኳ ብትቃርም ከፉ አትናገሯት።" (ሩት 2፡15)

"እስኪመሽ ድረስ ከአዝመራው ላይ ቃረመች፤ ከዚያም የሰበሰበችውን ገብስ ወቃች አንድ የኢፍ መስፈሪያም ያህል ገብስ ሆነ።" (ሩት 2፡17)

## ትምህርት ሦስት፦ ሩትና ቦዔዝ በእህል ዐውድማው ላይ

### እንከልስ፦

1. የዛሬው ታሪክ እርሷን እንዲቤዣት የቦዔዝን እርዳታ ለማግኘት ኑኃሚን የሰጠቻትን ምክር ሩት መከተሏን ይናገራል
2. የዚህ የመጽሐፍ ቅዱስ ምንባብ ገጸባሕርያት፣ ኑኃሚን (የሩት አማት) እና ቦዔዝ ናቸው
3. እንድትተጣጠብ፣ ሽቱ እንድትቀባ፣ የክት ልብሷን እንድትለብስና ቦዔዝ ወደሚሠራበት እርሻ እንድትሄድ ኑኃሚን ሩትን መከረቻት። ከበላ በኋላ እረፍት ሲያደርግ ወደ እርሱ እንድትቀርብ ነገረቻት።

4. በዔዝ የሞተው የኑኃሚን ባል ዘመድ ነበር። ሩትና ኑኃሚንን ለመርዳት ዐቅም ስለነበረው በጣም አስፈላጊ ሰው ነበር
5. በዔዝ ከተኛ በኋላ ሩት ቀስ ብላ እግሩ ሥር ተኛች
6. በዔዝ ሲነቃ ሩት እግሩ ሥር ተኝታ ሲያገኛት ተደነቀ፤ ግን ቸር ነበር
7. ሌላው የአገሩ ሰው ፈቃደኛ ካልሆነ እርሱ እንደሚቤዣት በዔዝ ለሩት ቃል ገባላት
8. ለኑኃሚን እንድትወስድ በዔዝ ስድስት መስፈሪያ ገብስ ለሩት ሰጣት

## አጭር የመጽሐፍ ቅዱስ ጥያቄ፦ የእህል ዐውድማው

1. ኑኃሚን የሩት አማት ነበረች
2. በዔዝ የሚተኛበትን ቦታ ልብ ብላ እንድታይና ሌሊት ወደ እርሱ እንድትሄድ ኑኃሚን ሩትን መከረቻት
3. በዔዝ ወደሚገኝበት ዐውድማ እንድትሄድ ኑኃሚን ለሩት ተናገረች
4. የበዔዝን እግር ገልጣ እዚያ እንድትተኛ ኑኃሚን ለሩት ነገረቻት
5. በመታጠብ፣ ሽቱ በመቀባትና የክት ልብሷን በመልበስ ሩት ራሷን አዘጋጀች
6. በዔዝ ራቅ ካለው የእህል ክምር ላይ ተኛ
7. ሩት በዔዝን የጠየቀችው ልብሱን ዘርግቶ እንዲያለብሳት ነበር
8. በዔዝ ስለ በጐነትዋ ሩትን አመሰገናት፤ አስፈላጊ የሆነውን እንደሚያደርግ ቃል ገባላት
9. ለኑኃሚን እንድትወስድ በዔዝ ስድስት መስፈሪያ ገብስ ለሩት ሰጣት
10. በዔዝ የሚያደርገውን ዝም ብላ እንድታይ ኑኃሚን ሩትን መከረቻት

## መሥሪያ ገጽ፦ እስራኤል ማን ነበር

1. በበዔዝ ዘመን አሥራ ሁለቱ የእስራኤል ነገዶች ሮቤል ስምዖን፣ ሌዊ፣ ይሁዳ፣ ዳን፣ ንፍታሌም፣ ጋድ፣ አሴር፣ ይሳኮር፣ ዛብሎን፣ ዮሴፍ( በኤፍሬምና ምናሴ የተከፈለ) እና ብንያም ነበሩ። በያዕቆብ ስም የሚጠሩ ነበሩ።
2. መመሪያ በመስጠት፣ ለፀብ መፍትሔ በመስጠት፣ በጠላቶች ላይ ወታደራዊ እርምጃ ለመውሰድ በመምራት፣ ሠሳፍንት የእስራኤላውያን መሪዎችና አዳኞች ነበሩ።
3. ቸርነትና ጥበቃ በማድረግ፣ ለባይተዋርና ለመበለት ልግስና በማድረግ፣ መቃረምንና መቤዠትን በተመለከተ የእስራኤላውያንን ሕግ በመፈጸም፣ በእስራኤላውያን ማኅበረ ሰብ ውስጥ ታማኝነት በማሳየት፣ ለቤተሰብ ኃላፊነትን በመወጣት በዔዝ ለሩት ያደረገው ታላቅ ፋይዳ ነበረው

## መሥሪያ ገጽ፦ የሚቤዥ ሰው ምንድነው?

1. በቶራ መሠረት የሚቤዥ ሰው ቅርብ ወንድ የሥጋ ዘመድ ሲሆን፣ ችግር ውስጥ ሲሆኑና አዳጋች ሁኔታ ሲገጥማቸው ቤተሰብን ይረዳል
2. በዔዝ የሚቤዥ ቅርብ የሥጋ ዘመድ ምሳሌ ነው። ሩትን በማግባትና የሚያስፈልጋቸውን በመስጠት ሩትና አማቷ ኑኃሚንን ረድቷል
3. የንጉሥ ዳዊት አያት፣ የንጉሥ ሰሎሞን ቅድመ አያት፣ የመሲሑ የዮሹዋ ጥንታዊ ወላጅ በመሆኑ የበዔዝና የሩት ልጅ ኢዮቤድ ሁነኛ ስፍራ አለው
4. መጽሐፍ ቅዱስ እግዚአብሔር የእስራኤል ሕዝብ የሚቤዥ ቅርብ የሥጋ ዘመድ እንደሆነ ይናገራል። እረኛ ለበጐቹ ጥንቃቄ በሚያደርግበት ሁኔታ እርሱ የደካሞችና ችግር ውስጥ ያሉ ረዳትና አዳኝ እንደሆነ ይታሰባል

## ቃላቱን መገጣጠም፦ ሩት

ሩት፣ ኑኃሚን፣ በዔዝ፣ አቢሜሌክ፣ መሐሎን፣ ኬሌዎን፣ ዖርፋ፣ ቤተልሔም፣ ሞዓብ፣ ኢዮቤድ

## መሥሪያ ገጽ፦ ዕውቀታችሁን ፈትኑ!

ወደ ቤተልሔም ከመመለሳቸው በፊት ሩትና ኑኃሚን በሞዓብ ይኖሩ ነበር፦ እውነት

ኑኃሚን መሐሎንና ዳንኤል የሚባሉ ሁለት ልጆች ነበሯት፦ ሐሰት

እንደ ኑኃሚን ሁሉ ሩት የመጣችው ከግብፅ ነበር፦ ሐሰት

ሩት እርሻው ውስጥ እንድትቃርም በዔዝ ፈቀደ፦ እውነት

ሩትና ኑኃሚን የገብስ አጨዳ መጀመሪያ ላይ ወደ ቤተልሔም ተመለሱ፦ እውነት

ኑኃሚን ሩት ወደ በዔዝ ዐውድማ እንድትሄድ የነገረቻት በቁርስ ሰዓት ነበር፦ ሐሰት

ሌላው ቅርብ የሥጋ ዘመድ ፈቃደኛ ባይሆን እንኳ እርሱ እንደሚቤዣት በዔዝ ለሩት ቃል ገባላት፦ እውነት

## ትምህርት አራት፦ በዔዝ ሩትን ተቤዠ

### እንከልስ፦

1. የዛሬው ታሪክ ርስቷን እንድትሸጥ ኑኃሚንን ለመርዳት ወደ ከተማው በር ስለሄደው ስለ በዔዝ ነው
2. በዔዝ በቤተልሔም የተከበረ ሰው ነበር። ርስቷን ለመሸጥ ኑኃሚንን ለመርዳት ወደ ከተማው በር ሄደ
3. በዚህ ታሪክ 'የሚቤዥ ሰው' የቤተሰቡ አካል ርስቱን ሲሸጥ የመግዛት መብት ያለው የመጀመሪያ ሰው ነው፤ ንብረቱ ከቤተሰቡ እንዳይወጣ ይረዳል
4. ኑኃሚን ለምን ርስቷን መሸጥ እንደ ፈለገች መጽሐፍ ቅዱስ አይናገርም። ምናልባት በጣም ደሃ ስለ ነበረች ገንዘብ አስፈልጓት ሊሆን ይችላል።
5. የሚቤዠው ሰው የኑኃሚንን ርስት መግዛት ከፈለገ፣ ሩትን የማግባትን ኃላፊነትም ነበረበት
6. የቤተሰቡ ርስት ላይ አደጋ ስለሚያመጣ የሚቤዠው የመጀመሪያው ሰው ርስቱን ላለመግዛትና ሩትን ላለማግባት ወሰነ
7. የሚቤዠው ሰው ጫማውን አውልቆ ለበዔዝ በመስጠት በዔዝና የሚቤዠው ሰው ስምምነት ማድረጋቸውን አረጋገጡ

8. ሽማግሌዎቹ ጭምር በሩ ላይ የነበሩ ሰዎች በዔዝና ሩት ደስተኛና የበለጸገ ሕይወት እንዲኖራቸው ምኞታቸውን ገለጹ

**አጭር የመጽሐፍ ቅዱስ ጥያቄ፦ በዔዝ ሩትን ተቤዠ**

1. ቦዔዝ በከተማው በር የሚቤዠውን ቀርብ የሥጋ ዘመድ አገኘው። የኑኃሚንን ርስት መግዛትና ሩትን ማግባትን በተመለከተ መነጋገር ፈልጓል
2. የሚቤዥ ቀርብ፣ የሥጋ ዘመድ' ችግር ውስጥ ያለውን ቤተሰብ ርስት የማስመለስና መበለትዋን የማግባት ኃላፊነት ያለው ሰው ነበር
3. የዘመዳቸውን የአቢሜሌክን ርስት ኑኃሚን እየሸጠች እንደሆነና ሊቤዠው ይፈልግ እንደሆነ ቦዔዝ ቀርብ የሥጋ ዘመድ ለሆነው ሰው ነገረው
4. መጀመሪያ ላይ ቀርብ የሆነው የሥጋ ዘመድ ርስቱን ለመቤዠት ፍላጐት አሳይቶ ነበር
5. ሩትን ማግባት እንደሚኖርበት ሲነገረው ሐሳቡን ለወጠ ምክንያቱም ርስቱ አደጋ ላይ የሚወድቅ በመሆኑ ነው
6. በዚያ ዘመን የነበረው ባህል ጫማ አውልቆ ለሌላው ወገን መስጠት ነበር
7. የአቢሜሌክን (የሞተው የኑኃሚን ባል) የኬሌዎንና የመሐሎን የሆነውን ከኑኃሚን መግዛቱንና ሩትን እንደ ሚስት እንደሚወስድ ቦዔዝ ተናገረ
8. በሩ ላይ የነበሩ ሰዎችና ሽማግሌዎች ውሉን መቀበላቸውን አረጋገጡ፤ ቦዔዝና ሩትን ባረኩ
9. ሩት የእስራኤልን ቤት በእውነት እንደሠሩ እንደ ራሔልና እንደ ልያ እንድትሆን፣ ቦዔዝ በቤተልሔም ዝነኛ ሰው እንዲሆን በረከታቸውን ሰጡ
10. ፋሬስ፣ ትዕማር፣ ይሁዳና ኤስሮም በእስራኤል ታሪክ ዝነኛ አባቶች ነበሩ

**መሥሪያ ገጽ፦ የከተማው በር**

1. የከተማ በር ጠላቶችን በመመከት የመጀመሪያን ቦታ በመያዝ ያገለግላል፤ ሽማግሌዎቹና መሪዎቹ ፍርድ የሚሰጡበት የአስተዳደርና የፍትሕ በጣም አስፈላጊ ማዕከል ነበር።
2. የከተማው በር እንቅስቃሴ እንደሚበዛበት የሕዝብ አደባባይ ያገለግላል ነበር። ነጋዴዎች ዕቃቸውን የሚሸጡበት፣ መንገደኞች የሚተላለፉበትና ነዋሪዎች ዜና የሚያገኙበት ቦታ ነበር
3. በሩት ዘመን የቤተልሔም ከተማ በር ንብረትና የቤተሰብ መብት ማስከበርን የመሳሰሉ ጠቃሚ ውሳኔዎች የሚደረጉበት ነበር። የሞተው ባልዋን ዘር ለማስቀጠል ቦዔዝ ሩትን ለማግባት ውል ያደረገበት ቦታ ነበር

**ትምህርት አምስት፦ የቦዔዝ ሩትን አገባ**

**እንከልስ፦**

1. የዛሬው ታሪክ ስለ ሩትና ቦዔዝ ጋብቻ፣ ኢዮቤድን ስለ መውለዳቸው ነው
2. በዚህ የመጽሐፍ ቅዱስ ምንባብ ዋና ገጸ ባሕርያት ሩት፣ ቦዔዝ፣ ኑኃሚንና ኢዮቤድ ናቸው
3. ቦዔዝ የሩት የሚቤዥ ቀርብ የሥጋ ዘመድ ነበር፤ በኋላም ሩትን አገባ
4. ሩት ቦዔዝን አገባች፤ ኢዮቤድን ወለደች
5. ሩት ቦዔዝን ስታገባ የኢዮቤድ አያት በመሆን ኑኃሚን ደስታና ተስፋ ተሰማት
6. የሩትና የቦዔዝ ልጅ ስም ኢዮቤድ ነበር
7. የሩትና የቦዔዝ ልጅ ኢዮቤድ የንጉሥ ዳዊት አያት ነበር
8. ቦዔዝ፣ እሴይ (የቦዔዝና የሩት የልጅ ልጅ) እና ዳዊት (የእሴይ ልጅ) ሁሉ ከይሁዳ ነገድ ነበሩ

**አጭር የመጽሐፍ ቅዱስ ጥያቄ፦ ቦዔዝ ሩትን አገባ**

1. ቦዔዝ ከተማው በር ላይ የአቢሜሌክን ዘመድ አገኘ
2. የኑኃሚንን ርስትና እርሱ ሩትን ማግባቱን በተመለከተ ላደረገው ሕጋዊ ውል ምስክር እንዲሆኑ ቦዔዝ 10 ሽማግሌዎችና የቀርብ ሥጋ ዘመድ የሆነውን ሰው ጠራ
3. ቦዔዝ ስለ ሁለት ጉዳዮች ነበር የተናገረው፦ የኑኃሚን ርስትና እርሱ ሩትን ማግባቱን
4. ዘመዱ ጫማውን አውልቆ ለቦዔዝ ሰጠ
5. አቢሜሌክን፣ የኬሌዎንና የመሐሎንን ንብረት ሁሉ ከኑኃሚን መግዛቱንና ሩትን እንደሚያገባ ቦዔዝ ለሽማግሌዎቹና ለሕዝቡ ሁሉ ተናገረ
6. ቦዔዝ ሩትን አገባ
7. ኢዮቤድ
8. በሰፈሩ የነበሩ ሴቶች የሚቤዥ ሰው ስለ ሰጣት እግዚአብሔርን በማመስገን ባረኩ
9. ኢዮቤድ የንጉሥ ዳዊት አያት ነበር
10. ለዚህ ጥያቄ መልስ እንዲሰጡ ተማሪዎቹን ጠይቅ፦ መልሱ ሊለያይ ይችላል

**መሥርያ ገጽ፦ የዕብራውያን ሠርግ**

1. በጥንት እስራኤል ሠርግ ብዙውን ጊዜ ሙሽሪቷን የሚመርጠው የሙሽራው አባት ነበር፤ ይህም ሰዎች የራሳቸውን አጋር ከሚመርጡበት ከአብዛኛው የዘመኑ ሠርግ የተለየ ነበር። ትልልቅ ግብዣዎች ይደረጉ ነበር፤ ልዩ በረከቶች ይሰጡ ነበር፤ ሙሽሪቷ ወደ ሙሽራው ቤት ስትመጣ የተለየ ሥርዓት ይደረግ ነበር። ዛሬ ሠርጉ በጣም የተለየ ሊሆን ይችላል፤ ብዙውን ጊዜ ጥንዶቹ ወይም ባሕሉ እንደሚፈልገው ነው የሚሆነው።
2. በጥንት ዕብራውያን ሠርግ ኬቱባ በጣም አስፈላጊ ሰነድ ነበር። በሙሽራውና በሙሽሪት አባት መካከል የሚደረግ ስምምነት ሲሆን፣ ብዙውን ጊዜ የሙሽራዋን ዋጋ ያካትት ነበር። ውሉ ከተፈረመ ጥንዶቹ በሕጋዊ ሁኔታ ይጋባሉ፤ ሆኖም እስከ ሌላ አንድ ዓመት ድረስ አብረው አይኖሩም። ይህ ጊዜ እንደ እጮኛነት ጊዜ ነው፤ እነርሱ ከፈለጉ ሕጋዊ ፍቺ መፈጸም ይችላሉ። ኬቱባ ለሙሽራዋ ሕጋዊና ኢኮኖሚያዊ ከለላ የሚያደርግ ጥብቅ ውል ነበር።

3. የከተማ በር በጥንት እስራኤል ሕጋዊ ውል እና ስምምነት የሚያደርጉበት ነበር። ሩትና በዔዝ ሕዝብ ፊት ሕጋዊ ጋብቻ የፈጸሙት በከተማው በር ነበር። የከተማው ሽማግሌዎች የሚመለከቱት ይህ ተግባር ጋብቻውን ሕጋዊ በማድረግና በማኅበረሰቡ የሚኖር ማንኛውም ሰው ዘንድ ተቀባይነት እንዲኖረው በጣም ጠቃሚ ነበር።

## መሥሪያ ገጽ፦ የበዔዝ ቤተሰብ ሐረግ

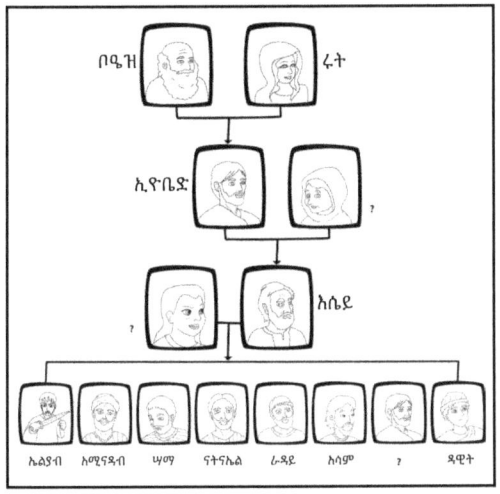

## መሥሪያ ገጽ፦ ቃሉ ምን ይላል?

በዔዝ ሩትን ወሰዳት፤ ሚስቱም ሆነች። ከዚያም ወደ እርሷ ገባ፤ እግዚአብሔርም እንድትፀንስ አደረጋት፤ ወንድ ልጅም ወለደች። ሴቶቹም ኑኃሚንን እንዲህ አሏት፤ "ዛሬ የሚቤዥ ቅርብ የሥጋ ዘመድ ያላሳጣሽ እግዚአብሔር ይባረክ፤ በመላው እስራኤልም ስሙ ይግነን! ልጁ ሕይወትሽን ያድሳታል፤ በእርጅና ዘመንሽም ይጦርሻል፤ የምትወድሽና ከሰባት ወንዶች ልጆች የምትበልጥብሽ ምራትሽ ወልዳለችና።" ከዚያም ኑኃሚን ሕፃኑን ተቀብላ ታቀፈችው፤ ሞግዚትም ሆነችው። ጎረቤቶቿ የሆኑት ሴቶችም፣ "ለኑኃሚን ወንድ ልጅ ተወለደላት" አሉ። ስሙንም ኢዮቤድ ብለው ጠሩት፤ እርሱም የዳዊት አባት የሆነውን እሴይን ወለደ።

Jewish Voice

*Ministries International*

**www.jewishvoice.org**

www.ingramcontent.com/pod-product-compliance
Lightning Source LLC
Chambersburg PA
CBHW041540120626
46551CB00019B/2782
* 9 7 8 1 9 9 8 1 4 2 2 7 9 *